ನೀಲಿ ಕಪ್ಪು

INSIGHT PUBLICA®

Nadakkavu, Kozhikode, Kerala, 673011
www.insightpublica.com
e-mail: insightpublica@gmail.com
Title: **Neeli kapu**
Editor: **Arkady Gaidar**
(Kannada)
Book Design: kjvj
First Insight Edition: March 2022

Printed and Published by
InsightinPublica Printers & Publishers Pvt. Ltd.
ISBN 978-93-5517-212-9

ನೀಲಿ ಕಪ್ಪು

ಅರ್ಕಾಡಿ ಗೈದರ್

INSIGHT PUBLICA®

ಪ್ರಕಾಶನದ ಪರವಾಗಿ

ಭಾರತದಲ್ಲಿ ಒಂದೊಮ್ಮೆ ವ್ಯಾಪಕ ಪ್ರಸಾರವಿದ್ದ ಗತಕಾಲದ ಸೋವಿಯಟ್ ಯೂನಿಯನ್‌ನ ಪುಸ್ತಕಗಳ ಬಗೆಗಿನ ಸವಿನೆನಪುಗಳು ನಮಗೆ ಇನ್ನೂ ಮಾಸಿಹೋಗಿಲ್ಲ. ಸಮೃದ್ಧ ಕಥೆಗಳ, ಬೆಟ್ಟುಕಚ್ಚಿಸುವಂಥ ವೈಜ್ಞಾನಿಕ ಸತ್ಯಗಳನ್ನು ಒಳಗೊಂಡಿದ್ದ ಮತ್ತು ಮೈಮರೆಸುವ ವಿವರಣೆಯನ್ನೊಳಗೊಂಡ ಆ ಪುಸ್ತಕಗಳು ಓದುಗರ ಹೃದಯವನ್ನು ಗೆದ್ದಿದ್ದುವು. ಅವು ನಮ್ಮ ಮೇಲೆ ಅಳಿಸಲಾಗದ ಮುದ್ರೆಯನ್ನೊತ್ತಿದ್ದು ಮಾತ್ರವಲ್ಲ ಎಂದಿಗೂ ಮರೆಯಲಾಗದ ಓದಿನ ಸುಖವನ್ನೂ ನೀಡಿವೆ. ಮಲೆಯಾಳಿ ವರ್ಗಕ್ಕಂತೂ ಆ ಅನುಭವ ಸದಾ ಹಸಿರು.

ಸೋವಿಯಟ್ ಯೂನಿಯನ್ ಖಿಲವಾಗಿ, ಆ ಆಕರ್ಷಕ ಕಥೆಪುಸ್ತಕಗಳು ಮರೆಗೆ ಸಂದುವು, ಅವೆಲ್ಲ ಗತನೆನಪುಗಳ ಭಾವಕೋಶ ಸೇರಿದುವು. ಆದರೇನು? ಓದುಗರು ಅವಿಶ್ರಾಂತವಾಗಿ ಆ ಅನನುಕರಣೀಯ ಪುಸ್ತಕಗಳು ಮತ್ತೆ ಬಂದಾವೆಂಬ ನಿರೀಕ್ಷೆ ಇರಿಸಿಕೊಂಡಿದ್ದಾರೆ. ಆ ಕಾರಣಕ್ಕಾಗಿಯೇ, ನಾವು ಇನ್‌ಸೈಟ್ ಪಬ್ಲಿಕಾ ಹಿಂದಿನ ಪುಸ್ತಕಗಳ ಮಾದರಿಯಲ್ಲಿ ಕೆಲವು ಪುಸ್ತಕಗಳನ್ನಾಯ್ದು ಪ್ರಕಟಿಸಿದ್ದೇವೆ. ಈ ಯೋಜನೆ ಸಾಕಾರಗೊಳ್ಳುವುದಕ್ಕೆ ಓದುಗರ ಮನಃಪೂರ್ವಕ ಬೆಂಬಲವೇ ಕಾರಣ. ಅದನ್ನು ನಾವು ಸಂತಸ ಮತ್ತು ಕೃತಜ್ಞತೆಯಿಂದ ಉಲ್ಲೇಖಿಸಬಯಸುತ್ತೇವೆ.

ನಮ್ಮ ಯೋಜನೆಯನ್ನು ಕಾರ್ಯಗತಗೊಳಿಸುವ ವೇಳೆಯಲ್ಲಿ ಹಿರಿಯ ರಾಷ್ಟ್ರವೊಂದರ ಅಪೂರ್ವ ಸಾಹಿತ್ತಿಕ ಯೋಜನೆಯ ಆಳ – ಅಗಲಗಳನ್ನು ಜಾಲಾಡಿದ್ದೇವೆ. ಶ್ರೇಷ್ಠವಾದ ಆ ಸೋವಿಯಟ್ ಕಥೆಗಳು ಭಾಷಾಂತರಗಳ ಮೂಲಕ ಅನೇಕ ದೇಶಗಳಲ್ಲಿ ದಾಂಗುಡಿಯಿಟ್ಟು ಪಸರಿಸಿವೆ. ಈ ಪುಸ್ತಕಗಳು ವಾಣಿಜ್ಯೋತ್ಪನ್ನಗಳಾಗಿಯಲ್ಲ, ಬದಲಿಗೆ ಸಂಸ್ಕೃತಿ ಉತ್ಪನ್ನಗಳಾಗಿ ಸಾರ್ವತ್ರಿಕ ಆದರ ಗಳಿಸಿವೆ. ಇನ್‌ಸೈಟ್ ಪಬ್ಲಿಕಾ ಸಂಸ್ಥೆಗೆ ದೊರೆತ ಅದ್ಭುತ ಬೆಂಬಲವು ಸೋವಿಯಟ್ ಕೃತಿಗಳನ್ನು ಭಾರತೀಯ ಭಾಷೆಗಳಲ್ಲಿ ಮತ್ತೆ ಮುದ್ರಿಸಿ ಪ್ರಕಾಶನಗೊಳಿಸಲು ಹಾಗೂ ಧೈರ್ಯದಿಂದ ಮುಂದುವರಿಯಲು ಚಾಲಕಶಕ್ತಿಯಾಯಿತು.

ಈ ಪುಸ್ತಕಗಳ ಬಿಂಬಪ್ರತಿ (Scanned Copy) ಗಳನ್ನು ಹೊಂದಿ ಓದುಗರು ಇನ್ನು ಅತೃಪ್ತರಾಗಬೇಕಾಗಿಲ್ಲ. ಮೂಲಪುಸ್ತಕಗಳು ಅದೇ ತಾಜಾತನ ಮತ್ತು ನಸುಬಿಸುಪಿನೊಂದಿಗೆ ನಿಮ್ಮ ಕೈಗೆಟಕುವಂತೆ ಇನ್‌ಸೈಟ್ ಪಬ್ಲಿಕಾ ಯತ್ನಿಸುವುದು.

ಈ ಕಥೆಗಳನ್ನು ಕನ್ನಡಕ್ಕೆ ಬಾಷಾಂತರಮಾಡಿಕೊಟ್ಟ ಕಾಸರಗೋಡಿನ ಡಾ. ಕಮಲಾಕ್ಷ ಕೆ. ಇವರಿಗೆ ಇನ್‌ಸೈಟ್ ಪಬ್ಲಿಕಾ ಅಭಾರಿಯಾಗಿದೆ.

ಸುಮೇಶ್ ಇನ್‌ಸೈಟ್

ನೀಲಿ ಕಪ್ಪು

ನನಗೆ ಅಂದು ಮೂವತ್ತೆರಡರ ಪ್ರಾಯ. ಮರೂಸ್ಯಳಿಗೆ ಇಪ್ಪತ್ತೊಂಬತ್ತು. ನಮ್ಮ ಮಗಳು ಸ್ವೆತ್ಲಾನಳಿಗೆ ಆರೂವರೆ ವರ್ಷ. ಬೇಸಗೆಯ ಅಂತ್ಯಕ್ಕಷ್ಟೆ ನನಗೆ ರಜೆ ಸಿಕ್ಕಿದ್ದು. ಆದುದರಿಂದ ನಾವು ಸೆಖೆಯ ಕೊನೆಯ ತಿಂಗಳನ್ನು ಕಳೆಯುವುದಕ್ಕಾಗಿ ಮಾಸ್ಕೋ ಹೊರವಲಯದ ಒಂದು ಪುಟ್ಟ ಮನೆಯನ್ನು ಬಾಡಿಗೆಗೆ ಪಡೆದುಕೊಂಡೆವು.

ಮೀನು ಹಿಡಿಯುವುದು, ಈಜಿ ಸ್ನಾನ ಮಾಡುವುದು, ಕಾಡಿಗೆ ಹೋಗಿ ಅಣಬೆಗಳನ್ನೂ ಬೀಜಗಳನ್ನೂ ಶೇಖರಿಸುವುದು – ಎಂದು ಹೀಗೆ ಹಲವನ್ನು ನಾನೂ ಸ್ವೆತ್ಲಾನಳೂ ಯೋಚಿಸಿಕೊಂಡೆವು. ಆದರೆ ಅದರ ಮೊದಲು ಮಾಡಿಮುಗಿಸಬೇಕಾದ ಸಾಕಷ್ಟು ಕೆಲಸಗಳಿದ್ದುವು. ಅಂಗಳ ಗುಡಿಸಿ ಕಸ ಬಾಚಬೇಕು, ಮುಂಭಾಗದ ಬೇಲಿ ಸರಿಪಡಿಸಬೇಕು, ಬಟ್ಟೆ ಒಣಗಲು ಹಗ್ಗ ಕಟ್ಟಬೇಕು, ಮೊಳೆ ಹೊಡೆಯಬೇಕು.

ಒಂದಷ್ಟನ್ನು ಮಾಡಿ ಮುಗಿಸಿದಾಗ ನಮಗೆ ಬೇಜಾರಾಯಿತು. ಆದರೆ ಮರೂಸ್ಯ ನಮಗೂ ಅವಳಿಗೂ ಬೇಕಾದುದನ್ನು ಹುಡುಕಿಕೊಳ್ಳುತ್ತಿದ್ದಳು.

ಮೂರನೇ ದಿನ ನಾವು ಕೆಲಸಗಳನ್ನು ಒಟ್ಟಿಗೆ ಮುಗಿಸಿಬಿಟ್ಟೆವು. ನಾವು ಗಾಳಿತಾಗಲು ಹೊರಡುವವರಿದ್ದೆವು. ಮರೂಸ್ಯಳ ಗೆಳೆಯನಾದೊಬ್ಬ ಧ್ರುವಪ್ರದೇಶದ ವೈಮಾನಿಕನು ಅವಳನ್ನು ಕಾಣಲು ಬಂದುದು ಆಗಲೇ.

ಅವರು ತೋಟದ ಚೆರಿಮರಗಳ ಕೆಳಗೆ ಮಾತನಾಡುತ್ತ ತುಂಬ ಹೊತ್ತು ಕುಳಿತರು. ಸ್ತೆತ್ಲಾನಳೂ ನಾನೂ ಅಂಗಳದ ಸೌದೆಕೋಣೆಗೆ ಹೋಗಿ ಅಸೂಯೆಯಿಂದ ಒಂದು ಮರದಿಂದ ಗಾಳಿಯಂತ್ರ ಮಾಡಲು ಪ್ರಾರಂಭಿಸಿದೆವು.

***

ಹೊತ್ತು ಕತ್ತಲಾದಾಗ ಹಾಲುಕುಡಿದು ಹೋಗಿ ಮಲಗಿಕೊಳ್ಳಲು ಸ್ತೆತ್ಲಾನಳಿಗೆ ಕೂಗಿಹೇಳಿ ಮರೂಸ್ಯ ತನ್ನ ಗೆಳೆಯನನ್ನು ಕಳುಹಿಸಿಕೊಡಲು ರೈಲುನಿಲ್ದಾಣಕ್ಕೆ ಹೋದಳು.

ಮರೂಸ್ಯ ಜತೆಗೆ ಇಲ್ಲದ್ದರಿಂದ ನನಗೆ ಯಾವುದೂ ರುಚಿಸಲಿಲ್ಲ. ಯಾರೂ ಇಲ್ಲದ ಮನೆಯಲ್ಲಿ ಒಬ್ಬಂಟಿಯಾಗಿ ಮಲಗಿ ನಿದ್ರಿಸಲು ಸ್ತೆತ್ಲಾನಳೂ ಇಷ್ಟಪಡಲಿಲ್ಲ.

ನಾವು ದಾಸ್ತಾನುಕೋಣೆಯಿಂದ ಸ್ವಲ್ಪ ಗೋಧಿಹುಡಿಯನ್ನು ತೆಗೆದುಕೊಂಡು ಬಂದು ಕುದಿಯುವ ನೀರು ಸೇರಿಸಿ ಅಂಟು ತಯಾರಿಸಿದೆವು.

ನಾವು ಗಾಳಿಯಂತ್ರಕ್ಕೆ ಬಣ್ಣದ ಕಾಗದ ಅಂಟಿಸಿದೆವು. ಸುಕ್ಕುಗಳನ್ನೆಲ್ಲ ಹೋಗಲಾಡಿಸಿ ನಯಗೊಳಿಸಿದೆವು. ಆಮೇಲೆ ನಾವು ಆ ಗಿರಿಗಿಟ್ಟಿಯೊಂದಿಗೆ ಧೂಳುತುಂಬಿದ ತಟ್ಟಿನ ಮೂಲಕ ಅಟ್ಟಕ್ಕೆ ಹತ್ತಿದೆವು.

ಹಾಗೆ ನಾವು ಮನೆಯ ಅಟ್ಟದಲ್ಲಿ ಕುಳಿತಿದ್ದೇವೆ, ಕೆಳಗೆ ನೋಡಿದರೆ ನೆರೆಮನೆಯ ಮೊಗಸಾಲೆಯ ಬಳಿ ಒಂದು ಸಮೋವಾರ್‌ನಿಂದ ಹೊಗೆ ಬರುವುದು ಕಂಡಿತು. ಕೈಯ್ಯಲ್ಲೊಂದು ಊರುಗೋಲು ಹಿಡಿದುಕೊಂಡು ಸುತ್ತಲೂ ತುಂಬ ಮಕ್ಕಳೊಂದಿಗೆ ಕಾಲು ಮೋಟಾದ ಮುದುಕನೊಬ್ಬ ಮೊಗಸಾಲೆಯಲ್ಲಿ ಕುಳಿತಿದ್ದಾನೆ.

ಒಬ್ಬಾಕೆ ಗೂನಿಮುದುಕಿ ಕತ್ತಲು ತುಂಬಿದ ಬಾಗಿಲ ಮೂಲಕ ದಾಟಿಬಂದು ಮಕ್ಕಳನ್ನು ಒದ್ದೋಡಿಸಿದ್ದು ಆಗಲೇ. ಆಕೆ ಮುದುಕನನ್ನು ಬೈದಳು. ನೀರು ಬೇಗ ಕುದಿಯುವುದಕ್ಕಾಗಿ ಆಕೆ ಒಂದು ಬಟ್ಟೆಯ ತುಂಡು ತೆಗೆದುಕೊಂಡು ಸವೋವಾರ್‌ನ ಹೊಗೆನಳಿಕೆಯ ಮೇಲ್ಭಾಗಕ್ಕೆ ಹೊಡೆದಳು.

ಈಗ ಒಂದು ಗಾಳಿ ಬಂದೀತು ಎಂದು ನಾವು ಭಾವಿಸಿದೆವು. ಕೂಡಲೇ ನಮ್ಮ ಗಿರಿಗಿಟ್ಟಿ ಒಂದು ಹೂಂಕಾರದೊಂದಿಗೆ ಬಹಳ ವೇಗವಾಗಿ ತಿರುಗೀತು. ಆಗ ಸುತ್ತುಮುತ್ತಲಿನ ಎಲ್ಲ ಮಕ್ಕಳೂ ನಮ್ಮ ಮನೆಗೆ ಓಡಿಬಂದಾವು. ಹಾಗೆ ನಮಗೂ ಗೆಳೆಯರಾದಾರು, ಎಂದು ಮನಸ್ಸಲ್ಲೆ ಹೇಳಿಕೊಂಡೆವು.

***

ನಾಳೆ ಇದರಂತೆ ಬೇರೇನನ್ನಾದರೂ ಕಂಡುಹಿಡಿಯಬೇಕು. ಒಂದೋ ನಮ್ಮ ತೋಟದ ತೇವಭರಿತವಾದ ಕೆಳತಟ್ಟಿನ ಬಳಿ ವಾಸಿಸುವ ಕಪ್ಪೆಗಾಗಿ ಆಳವಾದೊಂದು ಬಿಲವನ್ನು ಮಾಡಬೇಕು.

ಅಥವಾ ಮರೂಸ್ಯಾಳ ಬಳಿಯಿಂದ ದಪ್ಪಗಿನ ಒಂದಷ್ಟು ದಾರಗಳನ್ನು ಪಡೆದುಕೊಂಡು ಒಂದು ಗಾಳಿಪಟ ಹಾರಿಸಬೇಕು. ಆ ಪಟ ಏರುತ್ತ ಏರುತ್ತ ಧಾನ್ಯ ಸಂಗ್ರಹಶಾಲೆಯ, ಹಳದಿಯಾದ ಪೈನ್ ಮರಗಳ, ಮಾತ್ರವಲ್ಲ, ಮನೆಯ ಯಜಮಾನನ ಕೋಳಿಮರಿಗಳನ್ನೂ ಮೊಲಗಳನ್ನೂ ಹೊಂಚುಹಾಕುತ್ತ ಹಗಲಿಡೀ ಆಕಾಶದಲ್ಲಿ ಸುತ್ತು ತಿರುಗುವ ಹದ್ದಿಗಿಂತ ಕೂಡ ಮೇಲೆ ತಲಪೀತು.

ಅದೂ ಅಲ್ಲವಾದರೆ ನಾಳೆ ಬೆಳಗ್ಗೆ ನಾವು ಒಂದು ದೋಣಿಯನ್ನೇರಿಯೇವು. ನಾನು ಹುಟ್ಟುಹಾಕಿಯೇನು, ಮರೂಸ್ಯ ದೋಣಿಯ ಮೂಕಿಯಲ್ಲಿ ಕುಳಿತಾಳು. ಸ್ತೆತ್ಲಾನ ಪಯಣಿಗಳು. ನಾವು ನದಿಯಲ್ಲೇ ಸಾಗಿ ದೊಡ್ಡದೊಂದು ಕಾಡುಳ್ಳ ಜಾಗಕ್ಕೆ ಹೋದೇವು. ಅಲ್ಲಿ ನದಿಬದಿಯಲ್ಲಿ ಒಳಗೆ ಟೊಳ್ಳಾದ ಎರಡು ಬರ್ಚ್ ಮರಗಳಿದ್ದಾವಲ್ಲವೆ? ಅವುಗಳ ಬುಡದಿಂದ ನಮ್ಮ ನೆರೆಕರೆಯ ಹುಡುಗಿಗೆ ಒಳ್ಳೇ ಅಂದವಾದ ಮೂರು ಆಣಬೆಗಳು ಸಿಕ್ಕಿದ್ದು. ಆದರೆ, ಮಾಡುವುದೇನು? ಮೂರಕ್ಕೂ ಹುಳ ಹಿಡಿದಿತ್ತು.

ಫಕ್ಕನೆ ಸ್ತೆತ್ಲಾನ ನನ್ನ ಅಂಗಿಯ ಕೈ ಹಿಡಿದೆಳೆದಳು. "ನೋಡಿ ಅಪ್ಪ, ಅಮ್ಮನಲ್ಲವೆ ಬರುತ್ತಿರುವುದು, ಕೆಲಸ ಕೆಟ್ಟಿತು"

ಬೇಲಿಯ ಬದಿಯಲ್ಲೆ ನಡೆದು ಬರುತ್ತಿರುವುದು ಮರೂಸ್ಯಳೇ ಹೌದು. "ಮುದುಡಿ ಕುಳಿತುಕೊ, ಅಮ್ಮ ನಮ್ಮನ್ನು ನೋಡಿರಲಾರಳು", ನಾನು ಸ್ತೆತ್ಲಾನಳಿಗೆ ಹೇಳಿದೆ. ಆದರೆ ಮರೂಸ್ಯ ನಮ್ಮನ್ನು ನೋಡಿದ್ದಳು. ಅವಳು ಮೇಲೆ ನೋಡಿ ಕರೆದು ಹೇಳಿದಳು "ನೀವಿಬ್ಬರೂ ಸೇರಿಕೊಂಡು ಅಟ್ಟದ ಮೇಲೆ ಏನು ಮಾಡುತ್ತಿದ್ದೀರಿ? ಹೊರಗೆ ತಂಪಾಗತೊಡಗಿದೆ. ಸ್ತೆತ್ಲಾನ ಮಲಗಿ ನಿದ್ರಿಸಬೇಕಾದ ಸಮಯ ಯಾವಾಗಲೋ ಆಗಿಹೋಯಿತು. ನಾನು ಮನೆಯಲ್ಲಿಲ್ಲವೆಂದು ಭಾವಿಸಿ ಇಬ್ಬರೂ ಖುಷಿಯಲ್ಲಿದ್ದೀರಿ ಅಲ್ಲವೇ. ಮಧ್ಯರಾತ್ರಿಯ ವರೆಗೆ ಕುಶಾಲು ಮಾಡೋಣವೆಂದು ಭಾವಿಸಿದಿರೋ ಹೇಗೆ?"

"ನಾವು ಆಟವಾಡುತ್ತಿಲ್ಲ ಮರೂಸ್ಯ" ನಾನೆಂದೆ. "ಗಾಳಿಯಂತ್ರ ನಾಟುತ್ತಿದ್ದೇವೆ. ಈಗ ಆಗಿಬಿಡುತ್ತದೆ. ಇನ್ನು ಮೂರು ಮೊಳೆ ಹೊಡೆದರಾಯಿತು."

"ಅದನ್ನು ನಾಳೆ ಮಾಡಿದರಾಯಿತು" ಮರೂಸ್ಯಳ ಅಪ್ಪಣೆಯಾಯಿತು. "ಈಗ ಕೆಳಗಿಳಿದು ಬನ್ನಿ. ಇಲ್ಲವಾದರೆ ನನಗೆ ಕೋಪ ಬಂದೀತು".

ಸ್ತೆತ್ಲಾನ ಮತ್ತು ನಾನು ಪರಸ್ಪರ ನೋಡಿಕೊಂಡೆವು. ಏನು ಮಾಡಲು ಸಾಧ್ಯ? ನಾವು ಇಳಿದೆವು. ಆದರೂ ನಮಗೆ ಮರೂಸ್ಯಳ ಬಗ್ಗೆ ಬೇಜಾರಾಯಿತು.

ಮರೂಸ್ಯ ರೈಲ್ವೆ ನಿಲ್ದಾಣದಿಂದ ಸ್ತೆತ್ಲಾನಳಿಗೆ ದೊಡ್ಡದೊಂದು ಆಪ್‌ಲ್ ಮತ್ತು ನನಗೊಂದು ಕಟ್ಟು ಹೊಗೆಸೊಪ್ಪು ಕೊಂಡು ತಂದಿದ್ದಳು. ಆದರೂ ನಮ್ಮ ಬೇಜಾರು ಹೋಗಲಿಲ್ಲ. ಒಳಗೆ ಆ ಬೇಜಾರನ್ನು ಉಳಿಸಿಕೊಂಡೇ ನಾವು ನಿದ್ದೆಮಾಡಲು ಮಲಗಿಕೊಂಡೆವು.

ಮರುದಿನ ಬೆಳಗ್ಗಿನ ಕಥೆಯೋ! ನಮಗೆ ನಿದ್ದೆಯಿಂದ ಎಚ್ಚರವಾದದ್ದಷ್ಟೆ, ಮರೂಸ್ಯ ಒಳಬಂದುದು ಒಂದು ಪ್ರಶ್ನೆಯೊಂದಿಗೆ :

"ಏ ಅನರ್ಥಪಿಂಡಗಳೇ, ದಾಸ್ತಾನುಕೋಣೆಯಲ್ಲಿದ್ದ ನೀಲಿಕಪ್ಪನ್ನು ಒಡೆದುಹಾಕಿದ್ದು ಯಾರು? ನಿಜ ಹೇಳಬೇಕು".

"ನಾನು ಒಡೆದು ಹಾಕಲಿಲ್ಲ. ಸ್ತೆತ್ಲಾನ ಹೇಳುತ್ತಾಳೆ, ಅವಳೂ ಅಲ್ಲವಂತೆ", ನಾವು ಪರಸ್ಪರ ನೋಡಿಕೊಂಡೆವು. ನಾವು ಮಾಡದ ಒಂದು ಕಾರ್ಯಕ್ಕೆ ಮರೂಸ್ಯ ನಮ್ಮನ್ನು ದೋಷಾರೋಪ ಮಾಡುವುದರಲ್ಲಿ ಅರ್ಥವಿಲ್ಲವೆಂದು ನಮಗಿಬ್ಬರಿಗೂ ತೋರಿತು. ಆದರೆ ಮರೂಸ್ಯ ನಮ್ಮನ್ನು ನಂಬಲಿಲ್ಲ.

"ಕಪ್ಪುಗಳಿಗೆ ಜೀವವಿಲ್ಲ" ಅವಳೆಂದಳು. "ಅವಕ್ಕೆ ಕಾಲುಗಳಿಲ್ಲ. ಅವು ತನ್ನಷ್ಟಕ್ಕೆ ನೆಲಕ್ಕೆ ನೆಗೆದು ಬೀಳಲಿಕ್ಕಿಲ್ಲ. ನೀವಿಬ್ಬರ ಹೊರತು ಇಲ್ಲಿ ಮತ್ತಾರೂ ದಾಸ್ತಾನುಕೋಣೆಗೆ ಹೋಗಿಲ್ಲ. ಕಪ್ಪನ್ನು ಒಡೆದು ಹಾಕಿದ್ದು ನೀವೇ. ಆದರೆ ಒಪ್ಪಿಕೊಳ್ಳಲು ಸಿದ್ಧರಿಲ್ಲ. ನಿಮಗೆ ನಾಚಿಕೆಯೂ ಇಲ್ಲವಲ್ಲ".

ಕಾಫಿ ಕುಡಿದಾದ ಮೇಲೆ ಮರೂಸ್ಯ ಒಮ್ಮೆಲೇ ಎದ್ದು ಪೇಟೆಗೆ ಹೊರಟಳು. ನಾವು ಉಲ್ಲಾಸ ಕಳೆದುಕೊಂಡು ಅಲ್ಲಿದ್ದೆವು.

ಹಾಗೆ ದೋಣಿಯಾಟ ನೀರು ಕುಡಿಯಿತು!

ಕಿಟಿಕಿಯಿಂದ ಸೂರ್ಯ ನಮ್ಮನ್ನು ಇಣುಕಿನೋಡಿದ, ಮರಳು ಹಾಸಿದ ಕಾಲುದಾರಿಗಳಲ್ಲಿ ಗುಬ್ಬಿಗಳು ನೆಗೆದಾಡಿದುವು. ಬೇಲಿಯ ಒಣದಂಟುಗಳೆಡೆಯಿಂದ ಕೋಳಿ ಮರಿಗಳು ಅಂಗಳದಿಂದ ಹೊರಕ್ಕೂ ಹೊರಗಿನಿಂದ ಅಂಗಳಕ್ಕೂ ಓಡಾಡಿದುವು. ಆದರೆ ನಮಗೆ ಒಂದಿಷ್ಟೂ ಉತ್ಸಾಹವಿರಲಿಲ್ಲ.

"ಏನು ಮಾಡೋಣ!" ನಾನು ಸ್ತೆತ್ಲಾನಳಲ್ಲಿ ಹೇಳಿದೆ. "ನಿನ್ನೆ ನಮ್ಮನ್ನು ಮಾಳಿಗೆಯಿಂದ ಕೆಳಗಿಳಿಸಿದಳು. ಕೆಲವು ದಿನಗಳ ಹಿಂದೆ ನಮ್ಮ ಕೈಯಿಂದ ಖಾಲಿ ಸೀಮೆಎಣ್ಣೆ ಡಬ್ಬವನ್ನು ಕಸಿದು ತೆಗೆದುಕೊಂಡಳು. ಯಾವುದೋ ನೀಲಿಕಪ್ಪು ಒಡೆದು ಹಾಕಿದೆವೆಂದು ನಮ್ಮನ್ನು ಸುಮ್ಮಸುಮ್ಮನಾದರೂ ಬೈದಾಡಿದಳು. ಇದೇನು ಸುಖದ ಬದುಕೇ?"

"ಅಲ್ಲವೇ ಅಲ್ಲ" ಸ್ತೆತ್ಲಾನ ಹೇಳಿದಳು. "ಬಲು ಕಗ್ಗಂಟಿನ ಬದುಕು ಇದು".

"ನಾವೊಂದು ಕೆಲಸ ಮಾಡೋಣ. ಸ್ತೆತ್ಲಾನ, ನೀನು ಗುಲಾಬಿ ರಂಗಿನ ನಿನ್ನ ಉಡುಪು ಧರಿಸಿಕೊ. ನಾವು ಒಲೆಯ ಹಿಂಬದಿಯಿಂದ ನಮ್ಮ ಚೀಲ ಹೊರ ತೆಗೆದುಕೊಳ್ಳೋಣ. ನಿನ್ನ ಆಪ್‌ಲ್ ಮತ್ತು ನನ್ನ ಹೊಗೆಸೊಪ್ಪು, ಒಂದು ಬೆಂಕಿಪೊಟ್ಟಣ, ಒಂದು ಕತ್ತಿ, ಒಂದು ರೊಟ್ಟಿ – ಇಷ್ಟನ್ನು ಅದರಲ್ಲಿ ತೆಗೆದಿರಿಸಿಕೊಳ್ಳೋಣ. ಬಳಿಕ ಎತ್ತ ಕಣ್ಣು ಹಾಯುತ್ತದೋ ಆ ಕಡೆಗೆ ಹೋಗೋಣ".

ಸ್ವಲ್ಪ ಹೊತ್ತು ಆಲೋಚಿಸಿ ಸ್ತೆತ್ಲಾನ ಕೇಳಿದಳು : "ನಿಮ್ಮ ನೋಟ ಹರಿಯುವುದು ಎತ್ತ ಕಡೆಗೆ?"

"ಕಿಟಕಿಯಲ್ಲಿ ನೋಡಿದರೆ, ಆಕಡೆ, ದೂರ, ಹಳದಿ ಬಣ್ಣದ ಒಂದು ಬಿಡು ಜಾಗ ಕಾಣುತ್ತದೆ. ನಮ್ಮ ಮನೆಯ ಯಜಮಾನಿಯು ಹಸುಗಳನ್ನು ಮೇಯಿಸುವುದು ಅಲ್ಲೇ. ಅದರಾಚೆಗೆ ಬಾತುಕೋಳಿಗಳು ಇರುವ ಒಂದು ಕೊಳವಿದೆ. ಕೊಳದ ಆಚೆಗೆ ಒಂದು ವಾಟರ್ ಮಿಲ್ಲ್ ಇದೆ. ಮಿಲ್ಲಿಗೂ ಆಚೆಗೆ ಒಂದು ಗುಡ್ಡದ ಮೇಲೆ ಬರ್ಚ್ ಮರಗಳದೊಂದು ಕಾಡಿದೆ. ಅದರದೂ ಆಚೆಗೆ ಏನಿದೆಯೆಂದು ನನಗೇ ಗೊತ್ತಿಲ್ಲ."

"ಸರಿ", ಸ್ತೆತ್ಲಾನ ಒಪ್ಪಿದಳು. "ನಾವು ರೊಟ್ಟಿ, ಏಪ್‌ಲ್, ಹೊಗೆಸೊಪ್ಪು ಎಲ್ಲವನ್ನೂ ತೆಗೆದುಕೊಳ್ಳೋಣ. ಆದರೆ ಒಳ್ಳೆ ಒಂದು ದೊಣ್ಣೆಯನ್ನೂ ತೆಗೆದುಕೊಳ್ಳಬೇಕು. ಅಲ್ಲಿ ಎಲ್ಲಿಯೋ ಒಂದು ಭಯಂಕರ ನಾಯಿಯಿದೆ. ಪೊಲ್ಕಾನ್ ಅಂತ ಹೆಸರು. ಅದು ಒಬ್ಬ ಹುಡುಗನನ್ನು ಸತ್ತೇ ಹೋಗುತ್ತಾನೋ ಎನ್ನುವ ಹಾಗೆ ಕಚ್ಚಿದೆಯೆಂದು ಮಕ್ಕಳು ನನಗೆ ಹೇಳಿದ್ದಾರೆ."

ಈ ಕೆಲಸಗಳನ್ನೆಲ್ಲ ನಾವು ಮಾಡಿದೆವು. ಬೇಕಾದ ಸಾಮಾನುಗಳನ್ನೆಲ್ಲ ಚೀಲದಲ್ಲಿ ತುಂಬಿದೆವು. ಐದು ಕಿಟಕಿ ಬಾಗಿಲುಗಳಿಗೂ ಒಳಗಿಂದ ಚಿಲಕ ಹಾಕಿದೆವು. ಎರಡು ಬಾಗಿಲುಗಳನ್ನೂ ಮುಚ್ಚಿದೆವು. ಕೀಲಿಕೈಯನ್ನು ಬಾಗಿಲ ಚೌಕಟ್ಟಿನ ಕೆಳಗೆ ಅಡಗಿಸಿಟ್ಟೆವು.

ಮರೂಸ್ಯ! ವಿದಾಯ! ನಾವು ನಿನ್ನ ಕಪ್ಪ್ ಒಡೆದುಹಾಕಿಲ್ಲ.

ಬಾಗಿಲು ದಾಟಿದಾಗ ಹಾಲಿನವಳನ್ನು ಕಂಡೆವು. "ಹಾಲು ಬೇಕೇ?"

"ಬೇಡ. ನಮಗೆ ಇನ್ನು ಎಂಥದೂ ಬೇಡ."

"ಈಗತಾನೇ ಹಿಂಡಿದ ಹಾಲು. ನನ್ನ ಸ್ವಂತ ಹಸುವಿನದು" ಹಾಲಿನಾಕೆ ಸಂಕಟದ ದನಿಯಲ್ಲಿ ಹೇಳಿದಳು. "ಹಿಂತಿರುಗಿ ಬಂದಾಗ ಪಶ್ಚಾತ್ತಾಪಪಡಬೇಕಾದೀತು."

ಪರಸ್ಪರ ತಾಗುತ್ತ ಶಬ್ದಿಸುವ ಹಾಲಿನ ಪಾತ್ರೆಗಳೊಂದಿಗೆ ಆಕೆ ಹೊರಟುಹೋದಳು. ನಾವು ಈವೊತ್ತು ದೂರದ ಸ್ಥಳಕ್ಕೆ ಹೊರಟುಹೋಗುತ್ತಿದ್ದೇವೆಂದೂ ಕೆಲವೊಮ್ಮೆ ಹಿಂದಿರುಗಿ ಬರಲು ಸಾಧ್ಯತೆಯಿಲ್ಲವೆಂದೂ ಆಕೆಗೆ ಹೇಗೆ ಗೊತ್ತಾಗಬೇಕು?

ನಿಜಹೇಳಿದರೆ ಅದು ಯಾರಿಗೂ ಗೊತ್ತಾಗುವಂಥದ್ದಲ್ಲ. ಬಿಸಿಲು ತಾಗಿ ಕರ್ರಗಾಗಿದ್ದ ಒಬ್ಬ ಬಾಲಕ ಆ ದಾರಿಯಾಗಿ ಸೈಕಲ್ ತುಳಿಯುತ್ತ ಹೋದ. ನಿಕ್ಕರ್ ಧರಿಸಿದ್ದ ಒಬ್ಬ ದಢೂತಿ ಆಸಾಮಿ ಒಂದು ಪೈಪ್ ಸೇದುತ್ತಾ ದಾಟಿಹೋದ. ಅಣಬೆ ಕೀಳಲು ಕಾಡಿಗೆ ಹೋಗುತ್ತಿರಬಹುದು. ಹೊಳೆಸ್ನಾನ ಮಾಡಿ ಒದ್ದೆ ಕೂದಲಿನೊಂದಿಗೆ ಬಂಗಾರ ಕೂದಲಿನ ಒಬ್ಬಾಕೆ ನಡೆದುಹೋದಳು. ಆದರೆ ಪರಿಚಯವಿದ್ದ ಯಾರೂ ಸಿಗಲಿಲ್ಲ. ಹಿಂಭಾಗದ ತರಕಾರಿ ತೋಟದಲ್ಲೆ ನಡೆಯುತ್ತ ನಾವು ಬಿಡುಜಾಗಕ್ಕೆ ತಲಪಿದೆವು. ಅಲ್ಲೆಲ್ಲ ಹಳದಿ ಹೂಗಿಡಗಳಿಂದ ಮುಚ್ಚಿಹೋಗಿತ್ತು. ನಾವು ಚಪ್ಪಲಿಗಳನ್ನು ಕಳಚಿಟ್ಟು ಬರಿಗಾಲಲ್ಲಿ ಬಿಸುಪಿದ್ದ ಕಾಲುಹಾದಿಯಲ್ಲಿ ಮೈದಾನದ ದಾರಿಯಾಗಿ ವಾಟರ್‌ಮಿಲ್ಲಿನ ಬಳಿಗೆ ನಡೆದೆವು.

ನಾವು ಹಾಗೆ ಹೋಗುತ್ತಿದ್ದಾಗ ಮಿಲ್ಲಿನ ದಿಕ್ಕಿನಿಂದ ಒಬ್ಬಾತ ಕಿರಿಚುತ್ತ ಓಡಿಬರುತ್ತಿರುವುದನ್ನು ಕಂಡೆವು. ಓಡುವ ಮಧ್ಯೆ ಆಗಾಗ ತಲೆಯನ್ನು ತಗ್ಗಿಸಿ ಹಿಡಿಯುತ್ತಲೂ ಇದ್ದ. ಹಿಂಭಾಗದಲ್ಲಿನ ಬಲ್ಲೆಯಿಂದ ಮಣ್ಣ ಹೆಂಟೆಗಳು ಆತನತ್ತ ದಿದಿಲ್ ಬೊದಿಲ್ಲನೆ ಹಾರಿ ಬೀಳುತ್ತಿದ್ದುವು. ನಾವು ಆ ದೃಶ್ಯವನ್ನು ಕಂಡು ಅಚ್ಚರಿಗೊಂಡೆವು. ಅದರ ಅರ್ಥ ಏನು? ಸ್ತೆತ್ಲಾನಳ ಕಣ್ಣುಗಳು ಚುರುಕು. ಅವಳು

ನಿಂತು ಹೇಳಿದಳು :

"ಅದು ಯಾರೆಂದು ನನಗೆ ಗೊತ್ತಾಯಿತು. ಯಾರದೋ ಹಂದಿ ಟೊಮೇಟೋ ತಿನ್ನುವುದಕ್ಕಾಗಿ ಹೊಕ್ಕ ಹಿತ್ತಿಲಿನ ಹತ್ತಿರ ವಾಸಿಸುತ್ತಿರುವ ಸಾಂಕ ಕಾರ್‍ಯಾಕಿನ್. ಯಾರದೋ ಆಡಿನ ಮೇಲೆ ಹತ್ತಿ ನಮ್ಮ ಮನೆಯ ಮುಂದಿನಿಂದ ನಿನ್ನೆ ಸವಾರಿ ಮಾಡುತ್ತಿದ್ದವನು ಅವನೇ. ನೆನಪಿಲ್ಲವೆ?"

ನಮ್ಮ ಸಮೀಪ ತಲಪಿದಾಗ ಸಾಂಕ ಓಟ ನಿಲ್ಲಿಸಿ ಹತ್ತಿಯ ಚೀಲದ ಅಂಚಿನಿಂದ ಕಣ್ಣೀರು ಒರೆಸಿಕೊಂಡ.

"ಯಾಕೆ ಹೀಗೆ ಹೆದರಿ ಓಡುತ್ತಿದ್ದಿ, ಸಾಂಕ?" ನಾವು ಕೇಳಿದೆವು. "ನಿನ್ನ ಮೈಗೆ ಮಣ್ಣ ಹೆಂಟೆಗಳು ಹಾರಿಬೀಳುತ್ತಿರುವುದು ಯಾಕಾಗಿ?"

ಸಾಂಕ ಹೊರಳಿ ನಿಂತು ಹೇಳಿದ: "ಸ್ವಲ್ಪ ಉಪ್ಪು ತೆಗೆದುಕೊಂಡು ಬರುವುದಕ್ಕಾಗಿ ಅಜ್ಜಿ ನನ್ನನ್ನು ಒಕ್ಕೂಟಕೃಷಿಯವರ ವತಿಯಿಂದ ಅಂಗಡಿಗೆ ಕಳುಹಿಸಿದ್ದರು. ಆದರೆ ಪಯನಿಯರ್‌ಗಾರನಾದ ಪಾಷ್ಕ ಬುಕ್ ಮಾಷ್ಕಿನ್ ಮಿಲ್ಲಿನ ಬಳಿ ಕುಳಿತಿದ್ದ. ನನ್ನನ್ನು ಹೊಡೆಯಬೇಕೆಂದು ಹೇಳುತ್ತ ಅವನು ತಿರುಗಾಡುತ್ತಿದ್ದಾನೆ".

ಸ್ತೆತ್ಲಾನ ಅವನನ್ನು ದುರುಗುಟ್ಟಿ ನೋಡಿದಳು. ಹಾಗಾದರೆ ಸಂಗತಿ ಹಾಗೆ!

ಈ ಸೋವಿಯಟ್ ರಾಷ್ಟ್ರದಲ್ಲಿ ಹೀಗೊಂದು ನಿಯಮವಿದೆಯೇ? ಯಾರಿಗೂ ತೊಂದರೆಕೊಡದ ಸ್ವಲ್ಪ ಉಪ್ಪು ಕೊಂಡುಕೊಳ್ಳಲು ಅಂಗಡಿಗೆ ಹೋಗುವ ಒಬ್ಬಾತನನ್ನು ಯಾವುದೇ ಕಾರಣವಿಲ್ಲದೆ ಹೊಡೆಯುವುದಂತೆ!

"ನಮ್ಮ ಜತೆಗೆ ಬಾ, ಸಾಂಕ" ಅವಳೆಂದಳು. "ನೀನು ಹೆದರಬೇಡ. ನಾವು ಆ ದಾರಿಯಾಗಿಯೇ ಹೋಗುತ್ತಿದ್ದೇವೆ. ನಾವು ನಿನ್ನ ಕಡೆಗಿದ್ದೇವೆ."

ದಟ್ಟವಾಗಿ ಬೆಳೆದುನಿಂತಿರುವ ಕುತ್ತಿಪೊದರುಗಳ ಮಧ್ಯದಲ್ಲಿ ನಾವು ಮೂವರೂ ನಡೆದೆವು.

"ಪಾಷ್ಕ ಬುಕ್‌ಮಾಷ್ಕಿನ್ ಅದೋ ಅಲ್ಲಿ ಕುಳಿತಿದ್ದಾನೆ", ಹಿಂದಕ್ಕೆ ಸರಿಯುತ್ತ ಸಾಂಕ ಹೇಳಿದ.

ನಾವು ನೋಡಿದಾಗ ಮಿಲ್ಲ್ ಕಂಡಿತು. ಮಿಲ್ಲಿನ ಸಮೀಪದಲ್ಲೆ ಒಂದು ಕುದುರೆಗಾಡಿ ನಿಂತಿದೆ. ಗಾಡಿಯ ಅಡಿಯಲ್ಲಿ ಒಂದು ಜೂಲುನಾಯಿಮರಿ ಮಲಗಿಕೊಂಡಿದೆ. ಅದರ ದೇಹದಲ್ಲೆಲ್ಲ ಕಾಡುಗಿಡಗಳ ಮುಳ್ಳುಗಳು ಗಟ್ಟಿಯಾಗಿ ಅಂಟಿಕೊಂಡಿವೆ. ತುಂಬು ಲವಲವಿಕೆಯಿಂದ ಗುಬ್ಬಚ್ಚಿಗಳು ಮರಳಲ್ಲಿ ಹರಡಿ ಬಿದ್ದಿರುವ ಧಾನ್ಯಗಳ ಕಾಳುಗಳನ್ನು ಹೆಕ್ಕಿ ತಿನ್ನುವುದನ್ನು ಅರೆತೆರೆದ ಒಂದು ಕಣ್ಣಿನಿಂದ ನೋಡುತ್ತ ಆ ನಾಯಿಮರಿ ಮಲಗಿದೆ. ಒಂದು ಸೌತೆಮಿಡಿಯನ್ನು ಕಚ್ಚಿ ಜಗಿಯುತ್ತಾ, ಷರ್ಟು ಹಾಕದೆ ಮರಳು ರಾಶಿಯಲ್ಲಿ ಪಾಷ್ಕ ಬುಕ್ ಮಾಷಿನ್ ಕುಳಿತಿದ್ದಾನೆ.

ಪಾಷ್ಕ ನಮ್ಮನ್ನು ಕಂಡಾಗ ಗಾಬರಿಗೊಳ್ಳಲಿಲ್ಲ. ಸೌತೆಯ ಉಳಿದ ತುಂಡನ್ನು ನಾಯಿಯತ್ತ ಎಸೆಯುತ್ತ ಅವನು ಯಾರನ್ನೂ ನೋಡದೆ ಹೇಳಿದ :

"ಹಿಡಿ ಅವನನ್ನು ಷಾರಿಕ್! ಹಿಡಿ ಅವನನ್ನು! ಹೆಸರುವಾಸಿಯಾದ ವೈಟ್‌ಗಾರ್ಡುಕಾರ ಸಾಂಕ ಇದೋ ಬಂದಿದ್ದಾನೆ, ಲೇ ನೀಚ ಫಾಸಿಸ್ಟನೇ, ನಿನಗಿದು ಎಚ್ಚರಿಕೆ! ನಾವು ನಿನ್ನನ್ನು ಸುಮ್ಮನೆ ಬಿಡುವವರಲ್ಲ"

ಹೀಗೆ ಹೇಳಿ ಪಾಷ್ಕ ಮರಳಿಗೆ ಕ್ಯಾಕರಿಸಿ ಉಗುಳಿದ. ಜೂಲುನಾಯಿ ಗುರುಗುಟ್ಟಿತು. ಅದನ್ನು ಕೇಳಿ ನಿಬ್ಬೆರಗಾದ ಗುಬ್ಬಿಗಳು ಮರದ ಮೇಲಕ್ಕೆ ಬುರ್ರನೆ ಹಾರಿಹೋದುವು. ಪಾಷ್ಕನ ನಾಲಿಗೆಯಿಂದ ಬಿದ್ದ ಮಾತುಗಳನ್ನು ಕೇಳಿ ಸ್ತೆತ್ಲಾನ ಮತ್ತು ನಾನು ಅವನ ಬಳಿಗೆ ಹೋದೆವು.

"ಇತ್ತ ನೋಡು, ಪಾಷ್ಕ" ನಾನೆಂದೆ. "ನಿನ್ನಿಂದ ತಪ್ಪಾಗಿಹೋಯ್ತಲ್ಲವೇ? ಇವನು ಫಾಸಿಸ್ಟನೂ ವೆಟ್‌ಗಾರ್ಡ್‌ಕಾರನೂ ಆಗುವುದು ಹೇಗೆ? ಯಾರದೋ ಹಂದಿಗಳು ಟೊಮೇಟೊ ತಿನ್ನಲು ಹೊಕ್ಕ ಹಿತ್ತಿಲಿನ ಹತ್ತಿರ ವಾಸಿಸುವ ಸಾಂಕ ಕಾರ್ಯಾಕ್ಕಿನಲ್ಲವೇ ಇವನು?"

"ಆದರೂ ಅವನು ವೈಟ್‌ಗಾರ್ಡನೇ" ಪಾಷ್ಕ ಹಠದಿಂದ ಮರುಚ್ಚರಿಸಿದ. "ನಂಬುಗೆ ಬಾರದಿದ್ದರೆ ನಾನು ಅವನ ವಿಷಯವನ್ನು ನಿಮಗೆ ಪೂರ್ತಿ ತಿಳಿಸುತ್ತೇನೆ."

ಸಾಂಕನ ವಿಷಯ ತಿಳಿಯಲು ನನಗೂ ಸ್ತೆತ್ಲಾನಳಿಗೂ ತುಂಬ ಕುತೂಹಲವಿತ್ತು. ನಾವು ಪಾಷ್ಕನ ಎದುರಾಗಿ ಒಂದು ಮರದ ದಿಮ್ಮಿಯಲ್ಲಿ ಕುಳಿತೆವು. ಜೂಲುನಾಯಿ ನಮ್ಮ ಕಾಲಬುಡದಲ್ಲಿ ಹುಲ್ಲಿನಲ್ಲಿ ಮಲಗಿತು. ಆದರೆ ಸಾಂಕ ಕುಳಿತುಕೊಳ್ಳಲಿಲ್ಲ. ಆತ ಕುದುರೆಗಾಡಿಯ ಹಿಂಭಾಗಕ್ಕೆ ಸರಿದು ನಿಂತುಕೊಂಡು ಸಿಟ್ಟಿನಿಂದ ಕೂಗಿ ಹೇಳಿದ :

"ಹೇಳುವುದಾಗಿದ್ದರೆ ಎಲ್ಲವನ್ನೂ ಹೇಳಬೇಕು. ಆ ದೊಣ್ಣೆ ನನ್ನ ಹೆಡತಲೆಗೆ ಬಂದು ತಾಗಿದ್ದನ್ನೂ ಹೇಳಬೇಕು. ಅದು ತಾಗಿದರೆ ನೋವೇನೂ ಆಗುವುದಿಲ್ಲ ಎಂಬ ಭಾವನೆಯೇ? ಸ್ವತಃ ಒಂದು ಪರೀಕ್ಷೆ ಮಾಡಿ ನೋಡಿಕೊಳ್ಳಿ."

"ಜರ್ಮನಿಯಲ್ಲಿ ಡ್ರೆಸ್ಡನ್ ಅಂತ ಒಂದು ಪಟ್ಟಣವಿದೆ." ಶಾಂತವಾದ ಸ್ವರದಲ್ಲಿ ಪಾಷ್ಕ ಹೇಳತೊಡಗಿದ. "ಅಲ್ಲಿಂದ ಒಬ್ಬ ಕಾರ್ಮಿಕ ಓಡಿಹೋದ. ಅವ ಯಹೂದಿಯಾಗಿದ್ದ. ಅವನು ಓಡಿಹೋದುದು ಫಾಸಿಸ್ಟರಲ್ಲಿಂದ. ಅವನು ಅಲ್ಲಿಂದ ಓಡಿ ತಪ್ಪಿಸಿಕೊಂಡು ಇಲ್ಲಿ ನಮ್ಮ ಊರಿಗೆ ತಲುಪಿದ. ಜತೆಯಲ್ಲಿ ಸಣ್ಣ ಒಬ್ಬಾಕೆ ಹೆಣ್ಣುಮಗಳೂ ಇದ್ದಾಳೆ. ಅವರ ಹೆಸರು ಬೆರ್ತ. ಆತ ಈಗ ಇಲ್ಲಿ ಮಿಲ್ಲಿನಲ್ಲಿ ಕೆಲಸಮಾಡುತ್ತಿದ್ದಾನೆ. ಬೆರ್ತ ನಮ್ಮ ಜತೆ ಆಟವಾಡುತ್ತಾಳೆ. ಮೊನ್ನೆ ನಾವು ಕುಟ್ಟಿದೊಣ್ಣೆ ಆಟವಾಡುತ್ತಿದ್ದೆವು. ನಾನು, ಬೆರ್ತ, ಈ ಸಾಂಕ ಮತ್ತು ಹಳ್ಳಿಯ ಒಬ್ಬಾತ ಹುಡುಗ. ಬೆರ್ತ ಸಣ್ಣ ಕೋಲನ್ನು (ಕುತ್ತಿ) ಮೇಲಕ್ಕೆ ಹಾರಿಸಿ ಹೊಡೆದಾಗ ಅದು ಆಕಸ್ಮಿಕವಾಗಿ ಈ ಸಾಂಕನ ಹೆಡತಲೆಗೇ ಬಂದು ತಾಗಿತು."

"ನನ್ನ ತಲೆಮಂಡೆಗೇ ಅದು ಬಂದು ತಾಗಿದ್ದು" ಗಾಡಿಯ ಹಿಂಭಾಗದಲ್ಲಿದ್ದುಕೊಂಡೇ ಸಾಂಕ ಹೇಳಿದ. "ನನಗೆ ಭೂಮಿ ಮೂರು ಸುತ್ತು ಬರುವಂತಾಯಿತು. ಆದರೂ ಅವಳು ನಿಂತು ನಗುತ್ತಿದ್ದಾಳೆ".

"ಕುತ್ತಿ ಸಾಂಕನ ತಲೆಮಂಡೆಗೆ ತಾಗಿತು" ಪಾಷ್ಕ ಮುಂದುವರಿಸಿದ. 'ಅವನು ಬೆರ್ತಳನ್ನು ಹೊಡೆಯಲು ಭಾವಿಸಿದ್ದ, ಆದರೆ ತಡೆದುಕೊಂಡ. ಕಾಡುಗಿಡದ ಒಂದು ಎಲೆ ಕೊಯ್ದು ತಲೆಗೆ ಅಂಟಿಸಿ ಹಿಡಿದುಕೊಂಡು ಆತ ಪುನಃ ಆಟಕ್ಕೆ ಸೇರಿಕೊಂಡ. ಆದರೆ ಈ ಬಾರಿ ಅವನು ಮೋಸದಾಟ ಆಡತೊಡಗಿದ. ಅವನು ಹೆಜ್ಜೆಗಳ ಎಣಿಕೆ ಹೆಚ್ಚು ಹೇಳಿದ."

"ಅದು ಸುಳ್ಳು" ಗಾಡಿಯ ಹಿಂದಿದ್ದ ಸಾಂಕ ಮುಂದಕ್ಕೆ ನೆಗೆದು ಬಂದು ಹೇಳಿದ. "ನಿನ್ನ ನಾಯಿ ಅದರ ಮುಸುಡಿಂದ ಕುಟ್ಟಿಯನ್ನು ತಳ್ಳಿದ್ದು. ಆಗ ಅದು ಮುಂದಕ್ಕೆ ಉರುಳಿಬಿಟ್ಟಿತು."

"ನಾಯಿಯ ಜತೆ ಅಲ್ಲವಲ್ಲ, ನೀನು ನಮ್ಮ ಜತೆಗಲ್ಲವೆ ಆಡಿದ್ದು. ಕೋಲನ್ನು ಮೊದಲು ಇದ್ದಲ್ಲೇ ಇಡದಿದ್ದುದು ಯಾಕೆ? ಬೆರ್ತ ಆನಿಸಿ ಒಂದು ಏಟು ಹೊಡೆದಾಗ ಕುಟ್ಟಿ ಹಾರುತ್ತ ಹೋಗಿ ಹೊಲದ ಆ ಬದಿಯಲ್ಲಿನ ತುರಿಸಣಿಗೆಯ ಪೊದೆಯಲ್ಲಿ ಬಿತ್ತು."

ನಮಗೆ ತಮಾಷೆಯಾಗಿ ಕಂಡಿತು. ಆದರೆ ಸಾಂಕನಿಗೆ ಅದು ಇಷ್ಟವಾಗಲಿಲ್ಲ. ಸಹಜವಾಗಿಯೇ ಆ ಕುತ್ತಿ(ಕೋಲಿನ ತುಂಡು) ತೆಗೆಯುವುದಕ್ಕಾಗಿ ತುರಿಸಣಿಗೆ ಪೊದೆಗೆ ಹೋಗಲು ಅವನು ಮುಂದಾಗಲಿಲ್ಲ. ಆತ ಬೇಲಿಯನ್ನು ಹಾರಿ ಅದರ ಹಿಂದಿನಿಂದ ಕೂಗಿ ಹೇಳಿದ :

"ದೂರ, ಷಿದೋವ್ಕ (ಯಹೂದಿ ಸ್ತ್ರೀಯರನ್ನು ತಮಾಷೆಮಾಡುವ ಹೆಸರು)! ನೀನು ಬಂದಲ್ಲಿಗೇ ಹೋಗಿಬಿಡು!"

ರಶ್ಯಾದಲ್ಲಿ ದೂರ ಎಂದರೆ ಹೆಡ್ಡಿ ಎಂದರ್ಥವೆಂದು ಬೆರ್ತ ಈಗಾಗಲೇ ತಿಳಿದುಕೊಂಡಿದ್ದಳು. ಆದರೆ ಷಿದೋವ್ಕ ಎಂದರೆ ಏನೆಂದು ಅವಳಿಗೆ ಗೊತ್ತಾಗಲಿಲ್ಲ. ಅವಳು ನನ್ನ ಬಳಿ ಬಂದು ಕೇಳಿದಳು – "ಷಿದೋವ್ಕ ಎಂದರೆ ಏನರ್ಥ?" ನನಗೆ ಅದಕ್ಕೆ ಉತ್ತರ ಹೇಳಲು ಮನಸ್ಸು ಬರಲಿಲ್ಲ. "ನಿಲ್ಲಿಸು ಸಾಂಕ!" ನಾನು ಕೂಗಿ ಹೇಳಿದೆ. ಆದರೆ ಆತ ಬೇಕೆಂದೇ ಇನ್ನಷ್ಟು ಗಟ್ಟಿಯಾಗಿ ಹಾಗೆಯೇ ಕರೆದು ಹೇಳುತ್ತಿದ್ದ. ನಾನು ಬೇಲಿ ಹಾರಿ ಅವನ ಹಿಂಬದಿಗೆ ಹೋದೆ. ಅವನು ಓಡಿ ಹೋಗಿ ಬಲ್ಲೆಯಲ್ಲಿ ಅಡಗಿಕೊಂಡ. ನಾನು

ಹಿಂತಿರುಗಿ ಬಂದಾಗ ದೊಣ್ಣೆ ಹುಲ್ಲಿನಲ್ಲಿ ಬಿದ್ದುಕೊಂಡಿತ್ತು. ಬೆರ್ತ ದೂರ ಹೋಗಿ ಒಂದು ಮರದ ದಿಮ್ಮಿಯಲ್ಲಿ ಕುಳಿತಿದ್ದಳು. ನಾನು ಅವಳನ್ನು ಕರೆದೆ : "ಬೆರ್ತ" ಉತ್ತರವಿಲ್ಲ. ಹತ್ತಿರ ಹೋದಾಗ ಅವಳ ಕಣ್ಣು ತುಂಬಿದ್ದನ್ನು ಕಂಡೆ. ಅವಳು ಆ ಮಾತಿನ ಅರ್ಥವನ್ನು ಊಹಿಸಿಕೊಂಡಿದ್ದಾಳೆ. "ಸಾಂಕ! ಲೇ ನೀಚಾ!" ನಾನು ಮನಸ್ಸಲ್ಲೆ ಹೇಳಿದೆ. "ನೀನು ನೋಡುತ್ತಿರು! ಇದು ಜರ್ಮನಿಯಲ್ಲವೆಂದು ನೆನಪಿಟ್ಟುಕೊ. ನಿನ್ನ ಫ್ಯಾಸಿಸಂ ಅನ್ನು ನಾವು ಸರಿಮಾಡುತ್ತೇವೆ....!"

ಸಾಂಕನನ್ನು ನೋಡಿ ನಾವು ಯೋಚಿಸಿದೆವು. "ಆಸಾಮಿ, ನಿನ್ನ ಸಂಗತಿಗಳು ತೀರ ಕೆಟ್ಟವು. ಕೇಳುವುದಕ್ಕೇ ಜಿಗುಪ್ಸೆಯಾಗುತ್ತಿದೆ. ನಿನ್ನ ಇಂಥ ಮಗ್ಗುಲನ್ನು ಪತ್ತೆಹಚ್ಚುವುದಕ್ಕಲ್ಲವೇ ನಾವು ಸಿದ್ಧವಾಗಿರುವುದು".

ನಾನು ಹಾಗೆ ಹೇಳಲು ತೊಡಗುವವನಿದ್ದೆ. ಅಷ್ಟರಲ್ಲಿ ಒಮ್ಮೆಗೇ ಮಿಲ್ಲಿನಿಂದ ದೊಡ್ಡದೊಂದು ಶಬ್ದ ಕೇಳಿಸಿತು. ಅಷ್ಟರತನಕ ನಿಶ್ಚಲವಾದ ಚಕ್ರ ನೀರಿನಲ್ಲಿ ತಿರುಗತೊಡಗಿತು. ಗೋಧಿಪುಡಿಯಲ್ಲಿ ಆಟವಾಡುತ್ತಿದ್ದ ಬೆಕ್ಕೊಂದು ಹೆದರಿ ಕಂಗಾಲಾಗಿ ಮಿಲ್ಲಿನ ಕಿಟಕಿಯ ಮೂಲಕ ಹೊರಕ್ಕೆ ನೆಗೆಯಿತು. ಅರೆನಿದ್ದೆಯಲ್ಲಿದ್ದುದರಿಂದ ಅದರ ನೆಗೆತದ ಗುರಿ ತಪ್ಪಿಹೋಗಿ ಅದು ಸೀದಾ ಬಂದು ಬಿದ್ದುದು ಷಾರಿಕ್‌ನ ಬೆನ್ನಮೇಲೆ. ಷಾರಿಕ್ ಬೆಚ್ಚಿ ನೆಗೆದೆದ್ದ. ಬೆಕ್ಕು ಸಮೀಪದ ಮರವನ್ನು ಸರಸರನೆ ಏರಿಬಿಟ್ಟಿತು. ಕುದುರೆ ತಲೆಯಿಂದ ಗಾಡಿಯನ್ನೊಮ್ಮೆ ಜಗ್ಗಿತು. ಧಾನ್ಯಗಳ ಹುಡಿಯಲ್ಲಿ ಅಭಿಷೇಕಗೊಂಡು ಬೂದಿಯ ಬಣ್ಣ ತಾಳಿದ ರೋಮಾವೃತವಾದ ಒಬ್ಬ ವ್ಯಕ್ತಿ ಮಿಲ್ಲ್ ಕಟ್ಟಡದಿಂದ ಇಣುಕಿ ನೋಡಿದ. ಗಾಡಿಯ ಹತ್ತಿರದಿಂದ ಓಡಿಹೋದ ಸಾಂಕನ ನೇರಕ್ಕೆ ಆತ ಚಾಟಿ ಬೀಸಿದ.

"ನಿನ್ನ ಬುದ್ಧಿವಂತಿಕೆಯನ್ನೇನೂ ಇಲ್ಲಿ ಬಿಚ್ಚಬೇಡ. ಬಾಲ ಮಡಚಿ ಕುಳಿತುಕೊಳ್ಳದಿದ್ದರೆ ನಿನ್ನ ಕಿವಿಯಿಂದ ನಾನು ನಕ್ಷತ್ರ ಉದುರಿಸಿಯೇನು."

ಸ್ತೆತ್ಲಾನ ಕಿಸಕ್ಕನೆ ನಕ್ಕಳು. ಎಲ್ಲರೂ ಏಟು ಹೊಡೆಯುವ ಹತಭಾಗ್ಯನಾದ ಸಾಂಕನ ಬಗೆಗೆ ಅವಳಿಗೆ ಒಂದಿಷ್ಟು ಅನುಕಂಪವುಂಟಾಯಿತು.

"ಅಪ್ಪಾ!" ಅವಳೆಂದಳು. "ಇವರೆಲ್ಲ ಹೇಳುವ ಥರ ಅವನು ಫ್ಯಾಸಿಸ್ಟ್ ಅಲ್ಲವಾದರೆ? ಶುದ್ಧ ಒಬ್ಬ ಪೆದ್ದೂ ಆಗಿರಬಹುದಲ್ಲವೆ? ನೀನು ಬರೇ ಪೆದ್ದು ಅಲ್ಲವೇ ಸಾಂಕ?" ಪ್ರೀತಿಪೂರ್ವಕವಾಗಿ ಅವನ ಮುಖವನ್ನು ನೋಡುತ್ತಾ ಅವಳು ಕೇಳಿದಳು.

ಉತ್ತರರೂಪವಾಗಿ ಅವನು ತಲೆಕೊಡಹುತ್ತಾ ಸಿಟ್ಟಿನದೊಂದು ಘೂತ್ಕಾರ ಸದ್ದು ಹೊರಡಿಸಿದ ಅಷ್ಟೆ. ಅವನು ಮೂಗೆಳೆದುಕೊಂಡು ಏನೋ ಹೇಳತೊಡಗಿದ. ಆದರೆ ಅವನು ಏನು ಹೇಳುವುದು? ಎಲ್ಲದಕ್ಕೂ ತಪ್ಪಿತಸ್ಥ ಅವನೇ. ನಿಜಹೇಳಬೇಕೆಂದರೆ ಅವನಿಗೆ ಹೇಳುವುದಕ್ಕೆ ಏನೂ ಇಲ್ಲ.

ಆ ಹೊತ್ತಿಗೆ ಪಾಷ್ಕನ ನಾಯಿಮರಿ ಬೆಕ್ಕನ್ನು ಕಂಡು ಬೊಗಳುತ್ತಿದ್ದುದನ್ನು ನಿಲ್ಲಿಸಿತು. ಅದು ಹೊಲದತ್ತ ತಿರುಗಿ ಕಿವಿ ನಿಮಿರಿಸಿತು.

ತೋಪಿನ ಹೊರಗೆಲ್ಲೋ ಒಂದು ಗುಂಡು ಹಾರಿತು. ಬೆನ್ನಿಗೇ ಇನ್ನೊಂದು. ಆಮೇಲೆ ಪಟಪಟನೆ ಗುಂಡಿನ ಸದ್ದು ಕೇಳಿದುವು.

"ಹತ್ತಿರದಲ್ಲೆಲ್ಲೋ ಯುದ್ಧ ನಡೆಯುತ್ತಿದೆ" ನಾನು ಹೇಳಿದೆ. "ನಾವು ಕೇಳುತ್ತಿದ್ದುದು ರೈಫಲ್ ಗುಂಡುಗಳ ಸದ್ದು. ಈಗ ಕೇಳಿಸುತ್ತಿರುವುದು ಯಂತ್ರಕೋವಿಯ ಗುಂಡುಗಳ ಸದ್ದು."

"ಯುದ್ಧ ನಡೆಯುತ್ತಿರುವುದು ಯಾರ್ಯಾರ ಮಧ್ಯೆ?" ಸ್ವೆತ್ಲಾನ ಗಾಬರಿಯಿಂದ ಕೇಳಿದಳು.

"ಯುದ್ಧ ಶುರುವಾಯಿತೇ?"

ಮೊದಲು ನೆಗೆದೆದ್ದುದು ಪಾಷ್ಕ. ಅವನ ಹಿಂದೆಯೇ ನಾಯಿಮರಿಯೂ ಓಡಿತು. ಸ್ವೆತ್ಲಾನಳನ್ನು ತಬ್ಬಿ ಎತ್ತಿಕೊಂಡು ನಾನೂ ತೋಪಿನ ಕಡೆಗೆ ಓಡಿದೆ.

ನಾವು ಅರ್ಧದಾರಿಗೆ ತಲುಪುವ ಮುನ್ನವೇ ಹಿಂದಿನಿಂದ ಒಂದು ಕೂಗು ಕೇಳಿತು. ಹೊರಳಿ ನೋಡಿದಾಗ ಸಾಂಕನನ್ನು ಕಂಡಿತು.

ನಮ್ಮ ಗಮನ ಹರಿಯುವಂತೆ ಮಾಡಲು ಎರಡು ಕೈಗಳನ್ನೂ ಎತ್ತಿಹಿಡಿದುಕೊಂಡು ಆತ ಹಳ್ಳ ತಿಟ್ಟುಗಳನ್ನು ನೆಗೆದು ದಾಟುತ್ತ

ನಮ್ಮ ನೇರಕ್ಕೆ ಓಡಿ ಬರುತ್ತಿದ್ದ.

"ಹೋತಆಡಿನಂತೆ ನೆಗೆಯುವುದು ನೋಡಬಾರದೆ!" ಪಾಷ್ಕ ಪಿರಿಪಿರಿ ಹೇಳಿದ. "ಆ ಮುಠ್ಠಾಳ ಬೀಸಿ ತೋರಿಸುತ್ತಿರುವುದು ಎಂಥದು?"

"ಅವನು ಮುಠ್ಠಾಳನಲ್ಲ. ಅವನು ನನ್ನ ಚಪ್ಪಲಿ ತರುತ್ತಿದ್ದಾನೆ" ಸ್ತೆತ್ಲಾನ ಖುಷಿಯಿಂದ ಕೂಗಿ ಹೇಳಿದಳು. "ನಾನು ಅವುಗಳನ್ನು ದಿಮ್ಮಿಗಳ ಎಡೆಯಲ್ಲಿ ಇಟ್ಟಿದ್ದೆ. ಅವನು ಅದನ್ನು ಕಂಡುಹಿಡಿದು ನನಗೋಸ್ಕರ ತರುತ್ತಿದ್ದಾನೆ. ನೀನು ಅವನೊಂದಿಗೆ ಜಗಳ ಬಿಟ್ಟುಬಿಡು ಪಾಷ್ಕ."

ಪಾಷ್ಕ ಮುಖ ಹುಳಿಹುಳಿ ಮಾಡಿಕೊಂಡದ್ದಲ್ಲದೆ ಏನೂ ಹೇಳಲಿಲ್ಲ. ನಾವು ಸಾಂಕನನ್ನು ಕಾದುನಿಂತೆವು. ಅವನ ಕೈಯಿಂದ ಸ್ತೆತ್ಲಾನಳ ಹಳದಿ ಚಪ್ಪಲಿಗಳನ್ನು ತೆಗೆದುಕೊಂಡೆವು. ಬಳಿಕ ನಾವು ನಾಲ್ವರೂ, ನಾಯಿಮರಿ ಸಮೇತ, ತೋಪಿನಲ್ಲೇ ನಡೆಯುತ್ತ ಅದರ ಅಂಚಿಗೆ ತಲಪಿದೆವು.

ಕುತ್ತಿಪೊದರುಗಳು ತುಂಬಿದ್ದ ಗುಡ್ಡ ಮತ್ತು ಹೊಂಡದಿಂದ ಕೂಡಿದ ವಿಶಾಲವಾದೊಂದು ಬಯಲು ನಮ್ಮ ಕಣ್ಮುಂದೆ ಇರುವುದನ್ನು ನೋಡಿದೆವು.

ಒಂದು ಕಿರುತೊರೆಯ ಬದಿಯ ಒಂದು ಪೊದರುಕುತ್ತಿಗೆ ಕಟ್ಟಿದ್ದ ಆಡೊಂದು ಕಿರುಗಂಟೆಯೊಂದರ ಸದ್ದು ಮಾಡುತ್ತ ಹುಲ್ಲು ತಿನ್ನುತ್ತಿತ್ತು. ಹದ್ದೊಂದು ಆಗಸದಲ್ಲಿ ಹಾರುತ್ತಿತ್ತು. ಇವಿಷ್ಟೇ ಹೊರತಾಗಿ ಬೇರಾವ ಜೀವಜಾಲವನ್ನೂ ಆ ಪರಿಸರದಲ್ಲಿ ಕಾಣಲಿಲ್ಲ.

"ಹಾಗಾದರೆ ಯುದ್ಧ ನಡೆಯುತ್ತಿರುವುದೆಲ್ಲಿ?" ಸ್ತೆತ್ಲಾನ ಅಸಹನೆಯಿಂದ ಕೇಳಿದಳು. "ನಾನು ನೋಡುತ್ತೇನೆ" ಎಂದು ಪಾಷ್ಕ ಒಂದು ಗಿಡವನ್ನೇರಿದ.

ಮುಖಕ್ಕೆ ಬಿಸಿಲು ಬಿದ್ದಾಗ ಕಣ್ಣುಗಳನ್ನು ಸಂಕೋಚಿಸುತ್ತಲೂ ಅಂಗೈಗಳನ್ನು ಕಣ್ಣುಗಳಿಗೆ ಅಡ್ಡಹಿಡಿಯುತ್ತಲೂ ಆತ ಹಾಗೆ ತುಂಬ ಹೊತ್ತು ನಿಂತ. ಅವನು ಅಲ್ಲಿ ಏನನ್ನು ಕಂಡನೋ! ಏನಿದ್ದರೂ

ಸ್ತೆತ್ಲಾನ ಕಾದು ಕಾದು ರೋಸಿಹೋದಳು. ಎತ್ತರವಾದ ಹುಲ್ಲಿನ ಮಧ್ಯದಲ್ಲೆ ಅವಳೇ ಸ್ವತಃ ಯುದ್ಧವನ್ನರಸಿ ಹೊರಟಳು.

"ಈ ಹುಲ್ಲು ತುಂಬ ಎತ್ತರವಪ್ಪ! ನನಗೆ ಅಷ್ಟು ಎತ್ತರವಿಲ್ಲ." ತುದಿಗಾಲಲ್ಲಿ ನಿಲ್ಲುತ್ತ, ಅವಳು ಅಹವಾಲು ಹೇಳಿಕೊಂಡಳು. "ನನಗೆ ಏನೋ ಕಾಣಿಸುತ್ತಿಲ್ಲ."

"ನೆಲದಲ್ಲಿ ಕಬ್ಬಿಣದ ಸರಿಗೆಗಳಿವೆ. ಅದು ತಾಗಿ ಬೀಳಬೇಡ." ಒಂದು ಗಟ್ಟಿದನಿ ಮೇಲಿನಿಂದ ಕೇಳಿಬಂತು.

ಚಿಟಿಕೆಹೊಡೆಯುವಷ್ಟರಲ್ಲಿ ಪಾಷ್ಕ ಮರದಿಂದ ನೆಗೆದು ಕೆಳಗೆ ಇಳಿದ. ಸಾಂಕ ಒಂದು ಬದಿಗೆ ನೆಗೆದು ಸರಿದ. ಸ್ತೆತ್ಲಾನ ಓಡಿ ಬಂದು ನನ್ನ ಕೈ ಹಿಡಿದುಕೊಂಡಳು. ನಾವು ಹಿಂದೆ ಸರಿದು ನಿಂತೆವು. ನೇರ ಮೇಲ್ಭಾಗದಲ್ಲಿ, ಒಂಟಿಯಾಗಿ ನಿಂತಿರುವ ಮರವೊಂದರ ದಟ್ಟ ರೆಂಬೆಗಳೆಡೆಯಲ್ಲಿ ಒಬ್ಬ ಕೆಂಪು ಭಟನ ರೂಪು ಕಂಡಿತು.

ಆತನ ಕೋವಿಯನ್ನು ಸಮೀಪದ ಒಂದು ರೆಂಬೆಗೆ ತೂಗುಹಾಕಲಾಗಿತ್ತು. ಒಂದು ಕೈಯಲ್ಲಿ ಒಂದು ಟೆಲಿಫೋನ್ ರಿಸೀವರ್ ಇದೆ. ಕಪ್ಪಾಗಿ ಮಿಂಚುತ್ತಿರುವ ಒಂದು ಬೈನಾಕುಲರ್ ಮೂಲಕ ಆತ ಆ ನಿರ್ಜನ ವಿಶಾಲ ಬಯಲಿನ ಆಚೆ ಅಂಚಿನ ಯಾವುದೋ ಬಿಂದುವನ್ನು ಗಮನವಿಟ್ಟು ನೋಡುತ್ತಿದ್ದಾನೆ.

ನಾವು ಏನನ್ನಾದರೂ ಹೇಳಲು ಸಾಧ್ಯವಾಗುವ ಮುನ್ನವೇ ಎಲ್ಲೋ ದೂರದಿಂದ ಫಿರಂಗಿಯ ಸದ್ದು ಭಯಂಕರ ಸಿಡಿಲ ಸದ್ದಿನಂತೆ ನಮ್ಮ ಕಿವಿಗೆ ಬಂದು ಅಪ್ಪಳಿಸಿತು. ಕಾಲಕೆಳಗಿನ ನೆಲ ಅದುರಿತು. ಅತ್ತ ದೂರದಲ್ಲಿ, ಬಯಲಿನ ಆಚೆ, ಹೊಗೆ ಮತ್ತು ಧೂಳು ಮಿಶ್ರಿತ ದೊಡ್ಡದೊಂದು ಕಪ್ಪು ಪರದೆ ಮೇಲಕ್ಕೆದ್ದಿತು. ಪೊದರುಕುತ್ತಿಗೆ ಕಟ್ಟಿ ಹಾಕಿದ್ದ ಆಡು ಒಮ್ಮೆಗೇ ನೆಗೆದು ಬಿದ್ದು ಹಗ್ಗ ತುಂಡರಿಸಿಕೊಂಡು ಓಡಿತು. ಆಗಸದಲ್ಲಿ ಸುತ್ತು ಹಾಕುತ್ತಿದ್ದ ಹದ್ದು ರೆಕ್ಕೆಬಡಿಯುತ್ತ ಹಾರಿಹೋಯಿತು.

"ಫ್ಯಾಸಿಸ್ಟರಿಗೆ ಆಪತ್ಕಾಲ" ಸಾಂಕೋವಿನ ನೇರಕ್ಕೆ ಕಣ್ಣು ಮಿಟುಕಿಸುತ್ತ ಪಾಷ್ಕ ಜೋರಾಗಿ ಹೇಳಿದ. "ನಮ್ಮ ತೋಫುಗಳು ಗರ್ಜಿಸುವುದನ್ನು ಕಂಡಿರಾ?"

"ಫ್ಯಾಸಿಸ್ಟರಿಗೆ ಆಪತ್ಕಾಲ", ಪ್ರತಿಧ್ವನಿಯಂತೆ ಒಂದು ದೊಡ್ಡ ಸದ್ದು ಕೇಳಿಸಿತು.

ನೋಡಿದರೆ, ಒಂದು ಬಲ್ಲೆಯ ಸಮೀಪ ಗಡ್ಡಮೀಸೆಗಳಿದ್ದ, ತಲೆನರೆತ ಮುದುಕನೊಬ್ಬ ನಿಂತಿರುವುದು ಕಂಡಿತು. ಆತನ ಹೆಗಲುಗಳು ಬಲಿಷ್ಠವಾಗಿದ್ದುವು. ಗಂಟುಗಂಟಾಗಿದ್ದ ದಪ್ಪನೆಯ ದೊಣ್ಣೆಯೊಂದು ಕೈಯಲ್ಲಿತ್ತು. ಜತೆಯಲ್ಲಿ ಉದ್ದಕೂದಲಿನ ದೊಡ್ಡದೊಂದು ನಾಯಿಯೂ. ಪಾಷ್ಕನ ಷಾರಿಕನ್ನು ಕಂಡಾಗ ಅದು ಹಲ್ಲು ಕಿಸಿದು ತೋರಿಸಿತು,. ಷಾರಿಕ್ ಕೂಡಲೆ ಕಾಲುಗಳ ಮಧ್ಯೆ ಬಾಲ ಇರುಕಿಸಿ ಮುದುಡಿಕೊಂಡು ದೂರ ಸರಿಯಿತು.

ಬೈಹುಲ್ಲಿನಿಂದ ತಯಾರಿಸಿದ ದೊಡ್ಡ ಉರುಟುಟೊಪ್ಪಿಯನ್ನೆತ್ತಿ ಮುದುಕ ಮೊದಲು ಸ್ತೆತ್ಲಾನಳನ್ನು ಬಳಿಕ ಉಳಿದವರನ್ನೂ ವಂದಿಸಿದ. ದೊಣ್ಣೆಯನ್ನು ಹುಲ್ಲಲ್ಲಿ ಇರಿಸಿ ಆತ ಡೊಂಕಾದ ಒಂದು ಪೈಪನ್ನು ಹೊರತೆಗೆದ. ಅದರಲ್ಲಿ ಹೊಗೆಸೊಪ್ಪು ತುಂಬಿಸಿದ ಬಳಿಕ ಆತ ಧೂಮಪಾನಕ್ಕೆ ಬೇಕಾದ ಸಿದ್ಧತೆಗಳನ್ನು ಮಾಡತೊಡಗಿದ.

ಆ ಸಿದ್ಧತೆಗಳಿಗೆ ಆತ ತುಂಬ ಸಮಯ ತೆಗೆದುಕೊಂಡ. ಕೆಲವೊಮ್ಮೆ ಬೆರಳಿನಿಂದ ಹೊಗೆಸೊಪ್ಪನ್ನು ಚುಚ್ಚಿ ಅಮುಕುತ್ತಿದ್ದ. ಕೆಲವೊಮ್ಮೆ ಕೆಂಡದೂಡುವ ಕೋಲಿನಿಂದ ಒಲೆಯ ಕೆಂಡವನ್ನು ಅಲುಗಾಡಿಸುವಂತೆ ಪೈಪ್‌ನ ಗುಳಿಗೆ ಬೆರಳು ಹಾಕಿ ಚದುರಿಸುತ್ತಿದ್ದ.

ಕೊನೆಗೂ ಪೈಪ್‌ಗೆ ಬೆಂಕಿ ತಗುಲಿಕೊಂಡಿತು. ಹೊಗೆಸೊಪ್ಪಿನ ಘಾಟಿನಿಂದಾಗಿ ಮರದಲ್ಲಿ ಕುಳಿತಿದ್ದ ಸೈನಿಕನು ಸೀನುವುದಕ್ಕೂ ಕೆಮ್ಮುವುದಕ್ಕೂ ಪ್ರಾರಂಭಿಸಿದ.

ಫಿರಂಗಿ ಸಾಲಿನಿಂದ ಪುನಃ ಗುಂಡಿನ ಸದ್ದು. ಅಲ್ಲಿಯ ವರೆಗೆ ನಿರ್ಜನವೂ ನಿಶ್ಶಬ್ದವೂ ಆಗಿದ್ದ ವಿಶಾಲ ಬಯಲು ಒಮ್ಮೆಲೆ ಸದ್ದು ತುಂಬಿ ಚಲನಶೀಲವಾಯಿತು. ಮುಂದಕ್ಕೆ ಚಾಚಿ ಹಿಡಿದ ಕೋವಿಗಳೊಂದಿಗೆ ಕೆಂಪು ಸೇನಾಭಟರು ಎಲ್ಲಕಡೆ ಕಂಡುಬಂದರು. ಗುಡ್ಡಗಳ ಮತ್ತು ಇಡುಕುರುಬಲ್ಲೆಗಳ ಹಿಂದಿನಿಂದ ಅವರು ಹಾರಿ ಇಳಿದರು.

ಅವರು ಓಡುವುದು, ನೆಗೆಯುವುದು, ನೆಲಕ್ಕೆ ಅಂಟಿ ಮಲಗಿಕೊಳ್ಳುವುದು, ಪುನಃ ಎದ್ದು ಓಡುವುದು – ಮುಂತಾದ್ದನ್ನು ಮಾಡಿದರು. ಅವರು ಪರಸ್ಪರ ಹತ್ತಿರ ಬಂದರು. ಅವರ ಸಂಖ್ಯೆ ಏರುತ್ತಾ ಏರುತ್ತಾ ಬಂತು. ಕೊನೆಗೆ ಏರುಧ್ವನಿಯಲ್ಲಿ ರಣಗರ್ಜನೆ ಮಾಡುತ್ತ ಆ ದೊಡ್ಡ ಸೇನಾತುಕಡಿಯು ಒಬ್ಬನೂ ಉಳಿಯದಂತೆ ಹೊಗೆ ಮತ್ತು ಧೂಳು ಕಡಿಮೆಯಾಗದ ಗುಡ್ಡದತ್ತ ಬಯನಟ್‌ಗಳೊಂದಿಗೆ ಓಟಕಿತ್ತಿತು.

ಆಮೇಲೆ ಎಲ್ಲವೂ ಶಾಂತವಾಯಿತು. ಗುಡ್ಡದ ಮೇಲಿನಿಂದ ಒಂದು ಬೊಂಬೆಯಷ್ಟೇ ಗಾತ್ರದವನೆನಿಸುವ ಸಿಗ್ನಲ್‌ಮೇನ್ ಒಬ್ಬಾತ ಪತಾಕೆಯನ್ನು ಬೀಸಿದ. ಸೇನಾಕಹಳೆಯೊಂದರ ಆರೋಚಕ ಸದ್ದು ಕೇಳಿಸಿತು. ಮರದ ಮೇಲಿದ್ದ ನಿರೀಕ್ಷಕನು ಹಾರಿ ಇಳಿದ. ಅವನ ಭಾರಬೂಟುಗಳ ತಾಡನಕ್ಕೆ ಮರದ ರೆಂಬೆಗಳು ಮುರಿದುವು. ಅವನು ಸ್ತೆತ್ಲಾನಳ ತಲೆಯನ್ನು ನೇವರಿಸಿದ್ದಲ್ಲದೆ ಓಕ್ ಮರದ ತಳತಳ ಹೊಳೆಯುವ ಮೂರು ಕಾಯಿಗಳನ್ನು ಅವಳ ಕೈಯಲ್ಲಿರಿಸಿ ಕೊಟ್ಟ ಮೇಲೆ ಟೆಲಿಫೋನ್ ತಂತಿಯನ್ನು ಸುತ್ತಿ ತೆಗೆದುಕೊಂಡು ಬೇಗಬೇಗನೆ ನಡೆದು ಹೋದ.

ಸೇನಾ ತರಬೇತಿ ಮುಗಿಯಿತು.

"ಅಲ್ಲಿ ನೋಡಿದೆಯಾ?" ಮೊಣಕೈಯಿಂದ ಸಾಂಕನನ್ನು ತಿವಿಯುತ್ತ ಪಾಷ್ಕನೆಂದ. "ನಿನ್ನ ಮಂಡೆಗೆ ಬಂದು ತಾಗಿದ ತುಂಡುದೊಣ್ಣೆಯ ಹಾಗಲ್ಲ ಇದು. ನಿನ್ನಂಥವರ ತಲೆಮಂಡೆ ಚಿಟಿಕೆಹೊಡೆಯುವಷ್ಟರಲ್ಲಿ ಉರುಳಿ ಹೋದೀತು."

"ಇದ್ಯಾವ ಸುದ್ದಿಯನ್ನು ನಾನೀಗ ಕೇಳುತ್ತಿದ್ದೇನೆ?" ಮುಂದಕ್ಕೆ ಸರಿದು ನಿಂತುಕೊಂಡು ಗಡ್ಡದ ಮುದುಕ ಹೇಳಿದ. "ಪ್ರಾಯ ಅರುವತ್ತಾಗಿಯೂ ನಾನು ಈಗಲೂ ಕಥೆಯೇ ಇಲ್ಲದವನಾಗಿದ್ದೇನಂತಲೋ? ನನಗೆ ಏನೂ ಗೊತ್ತಾಗುತ್ತಿಲ್ಲ. ಇಲ್ಲಿ ಈ ಗುಡ್ಡದ ಇಳಿಜಾರಿನಲ್ಲಿರುವುದು 'ಮುಂಜಾವು' ಎಂದು ಹೆಸರುಳ್ಳ ನಮ್ಮ ಒಕ್ಕೂಟಕೃಷಿಯ ಕಣ. ಓಟ್ಸ್, ಜೋಳ, ಗೋಧಿ ಮುಂತಾದುವುಗಳನ್ನು ಬೆಳೆಯುವ ಹೊಲಗಳೇ ಸುತ್ತಮುತ್ತ ಇರುವಂಥವು. ತೊರೆಯ ಬದಿಯಲ್ಲಿರುವ ಆ ಮಿಲ್ಲೂ

ನಮ್ಮದೇ. ಅಲ್ಲಿ ತೋಪಿನಲ್ಲಿನ ದೊಡ್ಡದೊಂದು ಜೇನುಸಾಕಣೆ ಕೇಂದ್ರವಿದೆಯಲ್ಲ, ಅದೂ ನಮ್ಮದೇ. ಇದರೆಲ್ಲದರ ಕಾವಲುಗಾರ ನಾನೇ. ನನ್ನ ಇಷ್ಟು ಪ್ರಾಯದಲ್ಲಿ ಸಾಕಷ್ಟು ಪೋಲಿಗಳನ್ನು ಕಂಡಿದ್ದೇನೆ. ಕುದುರೆಕಳ್ಳರನ್ನು ಹಿಡಿದದ್ದಿದೆ. ಆದರೆ ಈ ಕಡೆಗೆ ಎಲ್ಲೂ ಒಬ್ಬನೇ ಒಬ್ಬ ಫ್ಯಾಸಿಸ್ಟನನ್ನೂ ನಾನು ಕಣ್ಣಿಕೂಡ ನೋಡಿಲ್ಲ. ಸೋವಿಯಟ್ ಆಡಳಿತದಲ್ಲಿ ಹಾಗೊಂದು ಸಂದರ್ಭವೇ ಬಂದಿಲ್ಲ. ಸಾಂಕಾ, ಲೇ ಭಯಂಕರಾ, ನೀನು ಇಲ್ಲಿ ಹತ್ತಿರ ಬಾ. ನಾನು ನಿನ್ನನ್ನು ಸರಿಯಾಗಿ ಒಂದು ಬಾರಿ ನೋಡಿಬಿಡುತ್ತೇನೆ. ಸಾಕು. ಅಲ್ಲಿ ನಿಂತುಕೊ. ಮೂಗು ಒರಸಿಕೊ, ಜೊಲ್ಲುಸುರಿಸದೆ ನಿಲ್ಲು. ಅಲ್ಲದೇನೇ ನಿನ್ನ (ಸ್ವರೂಪ) ನೋಡಿದರೆ ಹೆದರಬೇಕು."

ಮುದುಕ ಈ ಹಾಸ್ಯೋಕ್ತಿಗಳನ್ನಾಡಿದುದು ಯಾವ ಗಡಿಬಿಡಿಯೂ ಇಲ್ಲದೆ. ಅವನ ದಪ್ಪ ಹುಬ್ಬುಗಳ ಕೆಳಗಿನ ಕಣ್ಣುಗಳು ಆಶ್ಚರ್ಯದಿಂದ ಕಣ್ಣು ತೆರೆದೇ ಇದ್ದ ಸಾಂಕನನ್ನು ಕೌತುಕದಿಂದ ನೋಡಿದುವು.

"ಇದ್ಯಾವುದೂ ನಿಜವಲ್ಲ!" ಸಾಂಕ ಗಾಬರಿಯ ದನಿಯಲ್ಲಿ ಹೇಳಿದ. "ನಾನು ಫ್ಯಾಸಿಸ್ಟಲ್ಲ. ನೂರು ಶೇಕಡಾ ಸೋವಿಯಟ್. ಬೆರ್ತಳ ಸಿಟ್ಟೆಲ್ಲ ಹಿಂದೆಯೇ ಮಾಯವಾಗಿದೆ. ತನ್ನ ಆಪ್‌ಲ್‌ನ ಅರ್ಧದಲ್ಲಿ ಹೆಚ್ಚಿನ ಭಾಗವನ್ನು ನಿನ್ನೆ ಅವಳೇ ತಿಂದುದು. ಈ ಪಾಷ್ಕ ಎಲ್ಲ ಗಂಡುಮಕ್ಕಳನ್ನೂ ನನ್ನ ವಿರುದ್ಧ ಎತ್ತಿಕಟ್ಟುತ್ತಿದ್ದಾನೆ. ನನ್ನನ್ನು ಬೈದಾಡುತ್ತಿರುವ ಇವನೇ ನನ್ನಲ್ಲಿದ್ದ ಒಂದು ಸ್ಪ್ರಿಂಗ್ ಕದ್ದು ತೆಗೆದದ್ದು. ನಾನು ಫ್ಯಾಸಿಸ್ಟಾದರೆ ಸ್ಪ್ರಿಂಗೂ ಫ್ಯಾಸಿಸ್ಟೇ. ಅವರು ಅದರಿಂದ ಅವರ ನಾಯಿಗೆ ಒಂದು ಜೋಕಾಲಿ ಕುರ್ಚಿಯೋ ಏನೋ ತಯಾರಿಸಿದರು. 'ಪಾಷ್ಕ ನಾವು ರಾಜಿಯಾಗೋಣ' ಎಂದು ನಾನಂದಾಗ ಅವನು 'ಮೊದಲು ನಿನಗೆ ಹೊಡೆಯಬೇಕು. ಅದರ ಬಳಿಕ ರಾಜಿ' ಎನ್ನುತ್ತಾನೆ".

"ಪೆಟ್ಟುಗುಟ್ಟು ಮಾಡಿಕೊಳ್ಳದೆ ನೀವು ರಾಜಿಯಾಗಬೇಕು", ಸ್ತೆತ್ಲಾನ ಅನುನಯಪೂರ್ವಕ ಹೇಳಿದಳು. "ನೀವು ಕಿರುಬೆರಳನ್ನು ಜೋಡಿಸಿಕೊಂಡು ನೆಲಕ್ಕೆ ಉಗುಳಿ ಹೀಗೆ ಹೇಳಬೇಕು : "ಕೋಪವೇ ಹೋಗು ರಾಜಿಯೇ ಬಾ! " ಹುಂ, ಬೆರಳು ಜೋಡಿಸಿ ಹಿಡಿಯಿರಿ.

ಅಯ್ಯಾ, ಕಾವಲುಗಾರರೇ, ನಿಮ್ಮ ಭೀಕರ ನಾಯಿಗೆ ಒಮ್ಮೆ ಜೋರು ಮಾಡಿ. ನಮ್ಮ ಪುಟ್ಟ ಷಾರಿಕ್‌ನನ್ನು ಹೆದರಿಸಬಾರದೆಂದು ಅದಕ್ಕೆ ಹೇಳಿ."

"ಇಲ್ಲಿ ಬಾ ಪೊಲ್ಕಾನ್!" ಕಾವಲುಗಾರ ಕೂಗಾಡಿದ. "ಅಲ್ಲಿ ಸುಮ್ಮನೆ ಕುಳಿತುಕೋ" ನಮ್ಮವರನ್ನು ಮುಟ್ಟಿ ಬಿಡಬಾರದು! "ಓ, ದೊಡ್ಡ ಜನ ಇದು! ದೊಡ್ಡ ಹಲ್ಲುಗಳು, ಮೈತುಂಬ ರೋಮವಿರುವ ಪೊಲ್ಕಾನ್ ಎಂಬ ಭೀಕರ ಇವನೇ!"

ಒಂದಿಷ್ಟು ಹಿಂಜರಿಕೆಯ ಬಳಿಕ ಸ್ವೆತ್ಲಾನ ಪೊಲ್ಕಾನ್ ಹತ್ತಿರ ಹೋಗಿ ಬೆರಳು ಅಲುಗಾಡಿಸಿ ತೋರಿಸಿದಳು.

"ನಾನು ನಿಮ್ಮ ಕಡೆಯವಳೆ. ನಮ್ಮ ಕಡೆಯವರನ್ನು ಮುಟ್ಟಬಾರದು!"

ಪೊಲ್ಕಾನ್ ಸ್ವೆತ್ಲಾನಳನ್ನು ನೋಡಿತು. ಅವಳ ಕಣ್ಣುಗಳಲ್ಲಿ ಕಾಂತಿಯಿದೆ. ಕೈಗಳಿಗೆ ಹುಲ್ಲಿನ ಮತ್ತು ಹೂಗಳ ಪರಿಮಳವಿದೆ. ಅವನು ನಕ್ಕು ಬಾಲವಾಡಿಸಿದ.

ಅದನ್ನು ಕಂಡಾಗ ಸಾಂಕನಿಗೂ ಪಾಷ್ಕನಿಗೂ ಅಸೂಯೆ ಆಯಿತು. ಅವರು ಹತ್ತಿರ ಹೋಗಿ ಹೇಳಿದರು "ನಾವು ನಿಮ್ಮ ಕಡೆಯವರೇ. ತಮ್ಮ ಕಡೆಯವರನ್ನು ಮುಟ್ಟಬಾರದು!"

ಪೊಲ್ಕಾನ್ ಸಂದೇಹದಿಂದಲೇ ಅವರನ್ನು ಮೂಸಿನೋಡಿತು. ಉಪಾಯಗಾರರಾದ ಈ ಮಕ್ಕಳಿಗೆ ಸಮೂಹ ಕೃಷಿಗಾರರ ಹೊಲಗಳ ಕ್ಯಾರೆಟ್‌ಗಳ ಪರಿಮಳವಲ್ಲವೇ ಇರುವುದು? ಆ ಹೊತ್ತಿಗೆ ವಿಷಯ ಗೊತ್ತಾದ ಒಂದು ಕುದುರೆಮರಿ ಉದ್ದೇಶಪೂರ್ವಕ ಎಂಬಂತೆ ಧೂಳೆಬ್ಬಿಸುತ್ತ ಆ ದಾರಿಯಾಗಿ ಓಡಿಹೋಯಿತು. ಪೊಲ್ಕಾನ್ ಸೀನಿತು. ಅದಕ್ಕೆ ವಿಷಯ ಅರ್ಥವಾಗಲಿಲ್ಲ. ಅದು ಆ ಮಕ್ಕಳನ್ನು ಮುಟ್ಟದಿದ್ದರೂ ಬಾಲವಲ್ಲಾಡಿಸುವುದಾಗಲಿ ಮೈ ಸವರಬಿಡುವುದಾಗಲಿ ಮಾಡಲಿಲ್ಲ.

"ನಾವು ಹೋಗಬೇಕಾದ ಹೊತ್ತಾಯ್ತು" ನಾನೆಂದೆ. "ಸೂರ್ಯ ಮೇಲೆ ಬಂದ. ಹೊತ್ತು ಮಧ್ಯಾಹ್ನ ಸಮೀಪಿಸುತ್ತಿದೆ. ಎಂಥ ಸೆಖೆ!

ಹೋಗಿ ಬರಲೇ?" ಸ್ತೆತ್ಲಾನ ಕಿರು ಗಂಟೆಯ ಸ್ವರದಲ್ಲಿ ಹೇಳಿದಳು. "ನಾವು ಅತ್ತ ದೂರಕ್ಕೆ ಹೋಗುತ್ತಿದ್ದೇವೆ".

"ಹೋಗಿಬನ್ನಿ" ಈಗ ಜಗಳವೆಲ್ಲ ಅಳಿದ ಬಾಲಕರು ಒಂದೇ ದನಿಯಲ್ಲಿ ಕೂಗಿ ಹೇಳಿದರು. "ದೂರದ ದಿಕ್ಕಿನಿಂದ ಮುಂದೆ ಕೂಡ ನಮ್ಮನ್ನು ಬಂದು ಕಾಣಿರಿ!"

"ಹೋಗಿಬನ್ನಿ" ನಗು ಸೂಸುವ ಕಣ್ಣುಗಳಿಂದ ಮುದುಕ ಹೇಳಿದ. "ನೀವು ಹೋಗುವುದು ಎತ್ತಕಡೆ ಎಂದಾಗಲಿ, ಸಾಧಿಸುವುದು ಏನೆಂದಾಗಲಿ ನಾನು ಅರಿಯೆ. ಆದರೆ ನನ್ನ ಕಣ್ಣಿಗೆ ಅತ್ಯಂತ ಕೆಟ್ಟದಾದ ದೂರ ದಿಕ್ಕೆಂದರೆ ನಮ್ಮ ಗ್ರಾಮದ ಹಳೆಯ ಶ್ಮಶಾನ ಇರುವಲ್ಲಿನ ತೊರೆಯ ಎಡಬಾಗ. ಅತ್ಯಂತ ಒಳ್ಳೆಯ ದೂರ ದಿಕ್ಕು ಬಲಭಾಗದಲ್ಲಿದೆ. ಹುಲ್ಲುಗಾವಲು ಮತ್ತು ಇಳಿಜಾರುಗಳ ಆಚೆಗೆ ಕಲ್ಲು ಕಡೆದು ತೆಗೆಯುವ ಒಂದು ಜಾಗವಿದೆ. ಅಲ್ಲಿಂದ ಕುತ್ತಿಪೊದರುಗಳ ಕಾಡಿನಲ್ಲಿ ಸಾಗಿರಿ. ಆದರೆ ಜವುಗುನೆಲದಲ್ಲಿ ಕಾಲಿಡದಂತೆ ಜಾಗ್ರತೆವಹಿಸಿ. ಅಲ್ಲಿ ಒಂದು ತಟದಲ್ಲಿ ದೊಡ್ಡದೊಂದು ಪೈನ್ ಕಾಡು ಇದೆ. ಅದರಲ್ಲಿ ಸಾಕಷ್ಟು ಅಣಬೆಗಳು, ಹೂಗಳು, ರೋಸ್‌ಬೆರಿಗಳು ಇವೆ. ಅಲ್ಲಿ ಸಮೀಪ ಒಂದು ಮನೆಯಿದೆ. ಅಲ್ಲಿ ವಾಸಿಸುತ್ತಿರುವುದು ನನ್ನ ಮಗಳು ವಾಲಂತೀನ ಮತ್ತು ಅವಳ ಮಗ ಫ್ಯೋದೂರ್. ನೀವು ಆ ದಾರಿಯಾಗಿ ಹೋಗುವುದಾದರೆ ನನ್ನ ಶುಭಾಶಂಸನೆಗಳನ್ನು ಹೇಳಿರಿ."

ಅಷ್ಟು ಹೇಳಿ ವಿಚಿತ್ರ ಮನುಷ್ಯನಾದ ಮುದುಕ ಪುನಃ ಟೋಪಿ ಎತ್ತಿಹಿಡಿದು ವಂದಿಸಿದ. ನಾಯಿಯ ನೇರಕ್ಕೆ ಸಿಳ್ಳೆ ಹಾಕುತ್ತ ಪೈಪ್‌ನಲ್ಲೊಮ್ಮೆ ದೀರ್ಘವಾಗಿ ದಂ ಎಳೆದು ಹೊಗೆಯ ದಪ್ಪನಾದೊಂದು ಸಾಲು ಹಿಂದಿನಿಂದ ಉಳಿಯುವಂತೆ ಮಾಡುತ್ತ ಆತ ಅಲಸಂಡೆ ನೆಟ್ಟಿರುವ ಹೊಲದತ್ತ ನಡೆದ.

ಸ್ತೆತ್ಲಾನಳೂ ನಾನೂ ಪರಸ್ಪರ ನೋಡಿದೆವು. ಆ ಶೋಕಮೂಕವಾದ ಶ್ಮಶಾನ ಯಾರಿಗೆ ಬೇಕು? ನಾವು ಕೈಕೈ ಸಿಕ್ಕಿಸಿಕೊಂಡು ಬಲಕ್ಕೆ ತಿರುಗಿದೆವು. ಅತ್ಯಂತ ಒಳ್ಳೆಯ ದೂರದಿಕ್ಕಿಗೆ ನಾವು ಹೊರಟೆವು.

ನಾವು ಹುಲ್ಲುಗಾವಲನ್ನು ಅಡ್ಡಕ್ಕೆ ದಾಟಿ ಇಳಿಜಾರಲ್ಲಿ ಇಳಿದೆವು. ಜನರು ಆಳವಾದ ಕಪ್ಪುಗುಳಿಗಳಿಂದ ಸಕ್ಕರೆಯಂತೆ ಬಿಳಿಯ ಕಲ್ಲುಗಳನ್ನು ಎಳೆದು ಮೇಲೆ ತೆಗೆಯುವುದನ್ನು ಕಂಡೆವು. ಒಂದೇ ಒಂದು ಕಲ್ಲು ಕೂಡ ಗುಂಪಿನಿಂದ ಬೇರೆಯಾಗಿರಲಿಲ್ಲ. ಅವೆಲ್ಲ ಸೇರಿ ದೊಡ್ಡದೊಂದು ರಾಶಿಯನ್ನಾಗಿ ಮಾಡಿ ಹಾಕಿದ್ದಾರೆ. ಚಕ್ರಗಳು ತಿರುಗುತ್ತಿವೆ, ಕೈಗಾಡಿಗಳು ಕಿರುಗುಟ್ಟುತ್ತಿವೆ, ಕಲ್ಲುಗಳು ಇನ್ನೂ ಇನ್ನೂ ರಾಶಿ ಬೀಳುತ್ತಲೇ ಇವೆ. ಭೂಗರ್ಭದಲ್ಲಿ ಅಡಗಿರುವ ಕಲ್ಲುಗಳು ಕಮ್ಮಿಯೇನೂ ಅಲ್ಲ ಎಂದು ತೋರಿತು.

ಆ ಭೂಗರ್ಭವನ್ನು ಒಂದು ಬಾರಿ ಇಣುಕಿ ನೋಡಬೇಕೆಂದು ಸ್ತೆತ್ಲಾನಳ ಆಸೆ. ಅವಳು ಕವಚಿ ಮಲಗಿ ಆ ಗುಳಿಯತ್ತ ಒಂದಷ್ಟು ಹೊತ್ತು ನೋಡಿದಳು. ಅವಳನ್ನು ನಾನು ಹಿಡಿದೆಬ್ಬಿಸಿದೆ. ಆರಂಭದಲ್ಲಿ ಕತ್ತಲನ್ನಲ್ಲದೆ ಬೇರೇನೂ ಕಾಣಲಿಲ್ಲವೆಂದು ಆಕೆ ಹೇಳಿದಳು. ಸ್ವಲ್ಪ ಹೊತ್ತಿನ ಬಳಿಕ ಕಪ್ಪಾದ ಒಂದು ಕಡಲು ಕಂಡಿತು. ಕಡಲಲ್ಲಿ ದೊಡ್ಡ ಸದ್ದು ಮಾಡುತ್ತಾ ಯಾರೋ ಮುಳುಗುಹಾಕುತ್ತಿದ್ದಾರೆ. ಮುಂದೆಯೂ ಹಿಂದೆಯೂ ಬಾಲವುಳ್ಳ ಶಾರ್ಕ್ ಮೀನಾಗಿರಬೇಕು. ಮುನ್ನೂರ ಇಪ್ಪತ್ತೈದು ಕಾಲುಗಳೂ, ಒಂದು ಬಂಗಾರದ ಕಣ್ಣು ಇರುವ ಸರ್ಪರಾಕ್ಷಸನನ್ನು ಕಂಡೆ. ರಾಕ್ಷಸ ಅಲ್ಲಿದ್ದುಕೊಂಡು ಆರ್ಭಟಿಸುತ್ತಿದ್ದಾನೆ.

ನಾನು ಸ್ತೆತ್ಲಾಳನ್ನು ಕೌತುಕಪೂರ್ಣ ಕಣ್ಣುಗಳಿಂದ ನೋಡಿದೆ. "ಎರಡು ಹೊಗೆಕೊಳವೆಗಳ ಒಂದು ಉಗಿ ಹಡಗನ್ನೂ, ಬೂದಿಬಣ್ಣದ ಒಂದು ಕಪಿ ಮರವನ್ನೇರಿ ಕುಳಿತಿರುವುದನ್ನೂ, ಒಂದು ಬಿಳಿ ಕರಡಿ ಮಂಜುಗಡ್ಡೆಯ ಮೇಲೆ ಕುಳಿತು ಹೋಗುತ್ತಿರುವುದನ್ನೂ ನೋಡಲಿಲ್ಲವೇ" ಎಂದು ನಾನು ಅವಳನ್ನು ಕೇಳಿದೆ.

ಸ್ವಲ್ಪ ಹೊತ್ತು ಆಲೋಚಿಸಿದಾಗ ಅವಳಿಗೆ ನೆನಪಾಯಿತು. ನಿಜ ಅವನ್ನೆಲ್ಲಾ ಅವಳು ನೋಡಿದ್ದಳು. ನಾನು ಅವಳ ನೇರಕ್ಕೆ ಬೆರಳು ಅಲುಗಾಡಿಸಿದೆ. "ನೀನು ಸುಳ್ಳು ಹೇಳುತ್ತಿಯಲ್ಲವೇ?" ಅವಳು ಕಟಕಟ ನಗುತ್ತಾ ಓಡಿಹೋದಳು.

ನಾವು ತುಂಬಾ ಹೊತ್ತು ನಡೆದೆವು. ಮಧ್ಯೆಮಧ್ಯೆ ನಡೆಯುವುದನ್ನು ನಿಲ್ಲಿಸಿ, ಬಳಲಿಕೆ ನೀಗಿಕೊಂಡು ಹೂಗಳನ್ನು ಕೊಯ್ಯುತ್ತಾ ಇದ್ದೆವು. ಹೂಗಳನ್ನು ಎತ್ತಿಕೊಂಡು ತುಂಬ ಹೊತ್ತು ನಡೆದಾಗ ನಮಗೆ ಅವುಗಳಲ್ಲಿ ಆಸಕ್ತಿ ಇಲ್ಲದಾಗಿ ಅವುಗಳನ್ನು ದಾರಿಯಲ್ಲಿ ಹಾಕಿದೆವು.

ಕುದುರೆಗಾಡಿಯಲ್ಲಿ ಹೋಗುತ್ತಿದ್ದಾಗ ವೃದ್ಧೆಗೆ ನಾನು ಒಂದು ಹೂಗುಚ್ಛ ಎಸೆದು ಕೊಟ್ಟೆ. ವಿಷಯ ಏನೆಂದು ಪಕ್ಕನೆ ಗೊತ್ತಾಗದ ಆಕೆ ಒಮ್ಮೆ ಹೆದರಿಬಿಟ್ಟಳು. ನನ್ನತ್ತ ಮುಷ್ಠಿ ಬಿಗಿದು ತೋರಿಸಿದಳು. ಆದರೂ ಆ ಬಳಿಕ ಆಕೆ ಮುಗುಳ್ನಕ್ಕುದಲ್ಲದೇ ಗಾಡಿಯೊಳಗಿಂದ ಮೂರು ದೊಡ್ಡ ಮುಳ್ಳುಸೌತೆಗಳನ್ನು ನನಗೆ ಎಸೆದು ಕೊಟ್ಟಳು.

ನಾವು ಅದನ್ನು ಹೆಕ್ಕಿ ತೆಗೆದುಕೊಂಡು ಧೂಳು ಒರೆಸಿ ಚೀಲದಲ್ಲಿ ಹಾಕಿಕೊಂಡು ಬಳಿಕ ಉತ್ಸಾಹದಿಂದ ಮುಂದೆ ನಡೆದೆವು.

ದಾರಿಯಲ್ಲಿ ನಾವು ಪುಟ್ಟದೊಂದು ಊರನ್ನು ದಾಟಿ ಹೋದೆವು. ನೆಲವನ್ನು ಉಳುತ್ತಲೂ ಧಾನ್ಯಗಳನ್ನು ಬಿತ್ತನೆ ಮಾಡುತ್ತಲೂ ಆಲೂಗಡ್ಡೆ, ಮೊಟ್ಟೆಗೂಸು, ಬೀಟ್‌ರೂಟ್‌ಗಳನ್ನು ನೆಡುತ್ತಲೂ ತೋಟಗಳಲ್ಲೂ ತೋಪುಗಳಲ್ಲೂ ದುಡಿಯುತ್ತಿದ್ದ ಜನ ಅಲ್ಲಿ ವಾಸವಿದ್ದರು.

ಗ್ರಾಮದ ಆಚೆಗೆ ಹೆಚ್ಚು ಎತ್ತರವಿಲ್ಲದ ಹಸಿರುಬಣ್ಣದ ಗೋರಿಗಳನ್ನು ನಾವು ಕಂಡೆವು. ಅಲ್ಲಿ ಮಲಗಿದ್ದುದು ತಮ್ಮದಾದ ಬಿತ್ತನೆಗಳನ್ನೂ ಕೊಯ್ಲುಗಳನ್ನೂ ಮುಗಿಸಿದವರು.

ಸಿಡಿಲುಹೊಡೆದು ಉರುಳಿದ್ದ ಒಂದು ಮರವನ್ನು ನಾವು ಕಂಡೆವು.

ದಾರಿಯಲ್ಲಿ ನಾವು ಒಂದು ಕುದುರೆಲಾಯವನ್ನು ಕಂಡೆವು. ಅದರ ಒಂದೊಂದು ಕುದುರೆಯೂ ಬುದ್ಯೋನ್ನಿಯ (ರಷ್ಯಾದ ಒಬ್ಬ ಪ್ರಸಿದ್ಧ ದಂಡನಾಯಕ) ಅಶ್ವದಳದಲ್ಲಿ ಸೇರಲು ಅರ್ಹತೆಯುಳ್ಳವುಗಳಾಗಿದ್ದುವು.

ಕರಿಯಗೌನು ಧರಿಸಿದ ಒಬ್ಬ ಪಾದ್ರಿಯುವರನ್ನು ನಾವು ನೋಡಿದೆವು. ಈ ಪ್ರಪಂಚದಲ್ಲಿ ವಿಚಿತ್ರ ಮನುಷ್ಯರು ಈಗಲೂ ಇದ್ದಾರಲ್ಲವೇ ಎಂದು ನಮಗೆ ತೋರಿಬಿಟ್ಟಿತು.

ಆಕಾಶ ಕತ್ತಲು ಕವಿಯ ತೊಡಗಿದಾಗ ನಮಗೆ ಗಾಬರಿಯಾಯಿತು. ನಾಲ್ಕು ದಿಕ್ಕುಗಳಿಂದಲೂ ಮೋಡಗಳು ಬಂದು ತುಂಬಿಕೊಂಡವು. ಅವು ಸೂರ್ಯನನ್ನು ಸುತ್ತುಗಟ್ಟಿ ತುಸು ಹೊತ್ತಿನಲ್ಲಿ ಬಂಧಿಸಿ ಮುಚ್ಚಿಬಿಟ್ಟುವು. ಆದರೆ ಅದು ಹಠದಿಂದ ಒಂದೊಂದು ಬಿಸಿಲಕೋಲ ಮೂಲಕ ಹೊರ ಬರಲು ಪ್ರಯತ್ನಿಸುತ್ತಿತ್ತು. ಕೊನೆಗೆ ಅದು ಕೊಡವಿಕೊಂಡು ಹೊರಬಂತು. ಈ ವಿಶಾಲ ಭೂಭಾಗದ ಮೇಲೆ ಅದು ಇನ್ನಷ್ಟು ಕಾಂತಿಯುತವಾಗಿಯೂ ಓಜಸ್ಸಿನಿಂದಲೂ ಕೂಡಿ ಬೆಳಗಿತು.

ಮರದ ಮೇಲ್‌ಛಾವಣಿಯುಳ್ಳ ಬೂದಿ ಬಣ್ಣದ ನಮ್ಮ ಪುಟ್ಟಮನೆ ತುಂಬಾ ಹಿಂದಕ್ಕುಳಿಯಿತು.

ಮರೂಸ್ಯ ಬಹಳ ಮೊದಲೇ ಹಿಂದಿರುಗಿ ತಲುಪಿರಬಹುದು. ನೋಡಿದರೆ ಯಾರೂ ಇಲ್ಲ. ಅಲ್ಲೆಲ್ಲ ವಿಚಾರಿಸಿದರೂ ಗೊತ್ತಾಗಲಿಕ್ಕಿಲ್ಲ. ಆ ಮಿಠಾಯಿ ನಮ್ಮ ದಾರಿ ಕಾಯುತ್ತಾ ಅಲ್ಲಿ ಕುಳಿತುಕೊಂಡಿರಬಹುದು!

"ಅಪ್ಪಾ", ನಡೆದು ಬಳಲಿದ ಸ್ವೆತ್ಲಾನ ಕೊನೆಗೆ ಹೇಳಿದಳು. "ನಾವು ಇಲ್ಲೇ ಎಲ್ಲಾದರೂ ಕುಳಿತು ಏನನ್ನಾದರೂ ತಿನ್ನೋಣ."

ಸುತ್ತಲೂ ತಿರುಗಿ ನೋಡಿದಾಗ ನಮ್ಮ ಅದೃಷ್ಟಕ್ಕೆ ಅತ್ಯಂತ ಸೊಗಸಾದ ಒಂದು ಹುಲ್ಲುಹಾಸು ಕಾಣಸಿಕ್ಕಿತು.

ದಟ್ಟವಾಗಿ ಬೆಳೆದು ನಿಂತ ಶಿಖರಗಳನ್ನು ಹಾಸಿಕೊಂಡು ಒಂದು ಬೀಜದ ತೋಪು ಮರ್ಮರ ಶಬ್ದಮಾಡುತ್ತ ನಮ್ಮನ್ನು ಬರಮಾಡಿಕೊಂಡಿತು. ಬೆಳ್ಳಿಯ ಬಣ್ಣದ ಒಂದು ಫರ್‌ಗಿಡವು ಸೂಜಿಯ ಹಾಗಿನ ತುದಿಯನ್ನು ಆಗಸಕ್ಕೆ ಚಾಚಿ ನಿಂತಿತು. ಮೇ ದಿನದ ಪತಾಕೆಗಳಿಗಿಂತಲೂ ವರ್ಣೋಜ್ವಲವಾಗಿ ಕೆಂಪು ನೀಲಿ ನೇರಳೆ ಬಣ್ಣದ ಸಾವಿರಾರು ಹೂಗಳು ಆ ಫರ್‌ಮರವನ್ನು ಸುತ್ತುವರಿದು ನಿಶ್ಚಲವಾಗಿ ನಿಂತುವು.

ಅಲ್ಲಿ ಗಿಳಿಗಳು ಕೂಡ ಹಾಡಲಿಲ್ಲ. ಅಷ್ಟೊಂದು ನಿಶ್ಶಬ್ದವಾಗಿತ್ತು ಆ ಜಾಗ.

ಬೂದಿಬಣ್ಣದ ಒಂದು ತಿಳಿಗೇಡಿ ಕಾಗೆ ಮಾತ್ರ ಹಾರಿ ಬಂದು ಒಂದು ರೆಂಬೆಯಲ್ಲಿ ಕೂತದ್ದಲ್ಲದೆ ಸುತ್ತಲೂ ಕಣ್ಣಾಡಿಸಿ ಇಂಥದೊಂದು ಜಾಗಕ್ಕೆ ಬಂದು ತಲುಪಿದ ಅಚ್ಚರಿಯಿಂದ ಕಾ.. ಕಾ.. ಎಂದು ಕೂಗುತ್ತ ಆಗಲೇ ಅದರ ಕೊಳಚೆ ಹೊಂಡದ ನೇರಕ್ಕೆ ಹಾರಿಹೋಯಿತು. "ಇಲ್ಲಿ ಕುಳಿತುಕೋ, ಸ್ತೆತ್ಲಾನ. ಈ ಚೀಲ ಜೋಪಾನ. ನಾನು ಹೋಗಿ ಫ್ಲಾಸ್ಕ್‌ನಲ್ಲಿ ನೀರು ತುಂಬಿಸಿ ತರುತ್ತೇನೆ. ನೀನು ಹೆದರಬೇಡ. ಇಲ್ಲಿ ಇನ್ನೊಂದು ಪ್ರಾಣಿ ಮಾತ್ರ ಇರುವುದು. ನೀಳ ಕಿವಿಗಳ ಮೊಲ".

"ಸಾವಿರ ಮೊಲಗಳು ಬಂದರೂ ನನಗೆ ಭಯವಿಲ್ಲ" ಸ್ತೆತ್ಲಾನ ಅಳುಕಿಲ್ಲದೆ ಹೇಳಿದಳು. "ಆದರೂ ಅಪ್ಪ ಹೆಚ್ಚು ತಡಮಾಡಬೇಡಿ".

ನೀರು ತರುವುದಕ್ಕೆ ಅಂದಾಜು ಮಾಡಿದ ದೂರಕ್ಕಿಂತ ಹೆಚ್ಚು ದೂರ ಹೋಗಬೇಕಾಗಿ ಬಂತು. ಮರಳಿ ಬರುವಾಗ ಸ್ತೆತ್ಲಾನಳ ಕುರಿತಾಗಿ ನೆನೆದು ನನ್ನ ಮನಸ್ಸು ಚಡಪಡಿಸುತ್ತಿತ್ತು.

ಆದರೆ ಅವಳು ಹೆದರಿದ್ದಾಗಲಿ ಕೂಗಿಕೊಳ್ಳುವುದಾಗಲಿ ಮಾಡಲಿಲ್ಲ. ಅವಳು ಹಾಡು ಹೇಳುತ್ತಿದ್ದಳು.

ನಾನೊಂದು ಪೊದರಿನ ಹಿಂದೆ ಅಡಗಿ ನಿಂತು ನೋಡಿದಾಗ ಭುಜದೆತ್ತರಕ್ಕೆ ಬೆಳೆದು ನಿಂತಿದ್ದ ಹೂಗಿಡಗಳ ಮುಂದೆ ನಿಂತುಕೊಂಡು ಸ್ತೆತ್ಲಾನ ಉತ್ಸಾಹದಿಂದ ಹಾಡುತ್ತಿದ್ದುದನ್ನು ಕಂಡೆ. ಆ ಹಾಡನ್ನು ಅವಳು ಆಗ ತಾನೇ ರಚಿಸಿದ್ದಳು.

ಅಯ್ಯಯ್ಯೋ ಅಯ್ಯಯ್ಯೋ ನಾವಲ್ಲಪ್ಪ
ನೀಲಿ ಕಪ್ಪೊಡೆದದ್ದು ನಾವಲ್ಲಪ್ಪಾ
ಹೊಲಗಳಲ್ಲಜ್ಜಯ್ಯ ಕಾವಲಿದ್ದಾರೆ
ಕ್ಯಾರೆಟ್ ಕದ್ದಿದ್ದು ನಾವಲ್ಲ
ನಾನೂ ಅಲ್ಲ, ಅವನೂ ಅಲ್ಲ ಮತ್ಯಾರದು?
ಒಮ್ಮೆ ಮಾತ್ರ ಸಾಂಕ ತೆಗೆದುದೇನೋ ನಿಜ
ಅಯ್ಯಯ್ಯೋ ಅಯ್ಯಯ್ಯೋ ಕೆಂಪುಸೇನೆ ಬರ್ತದಲ್ಲ
ನಗರದಿಂದ ಹೆಜ್ಜೆಯಿಟ್ಟು ಈ ದಾರಿಯಾಗಿ

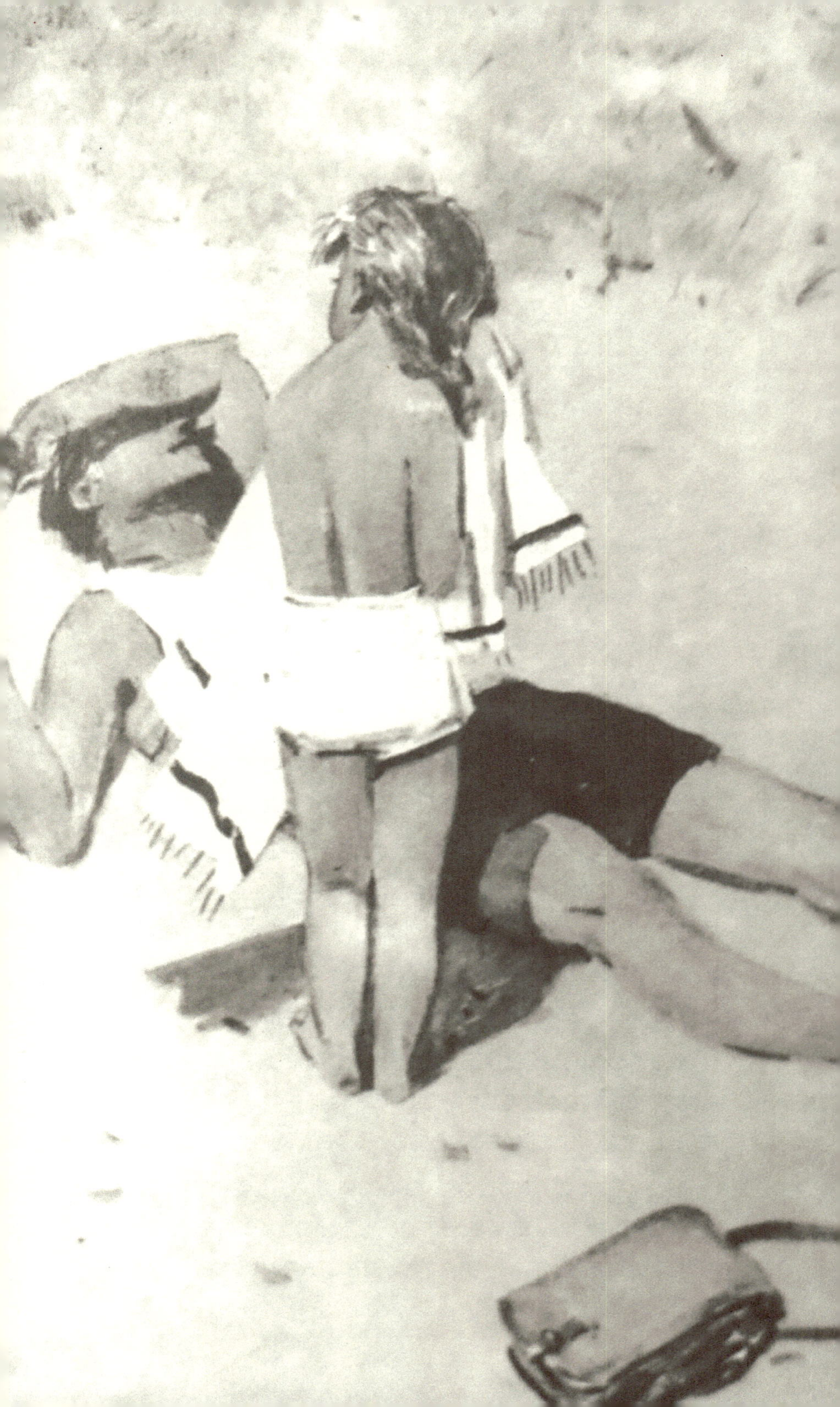

ಹೊಲದಲ್ಲೆ ಬರುತ್ತಿದೆ
ಕೆಂಪುಸೇನೆ ಕಡುಗೆಂಪು
ಬಿಳಿ ಪಡೆಯಾದರೋ ಬರೀ ಬಿಳಿ
ಡುಂ ಡುಂ ಡುಂ ಡುಂ ಡುಂ
ಚೆಂಡೆಯವರು ಬರ್ತಾರಲ್ಲ
ವಿಮಾನದವರು ಬರ್ತಾರಲ್ಲ
ಚೆಂಡೆಯವರು ಹಾರ್ತಾರೆ
ವಿಮಾನದಲ್ಲಿ ಹಾರ್ತಾರೆ
ನಾನೂ ಒಳ್ಳೆಯ ಚೆಂಡೆಗಾರ್ತಿ
ಆದರೂ ಇಲ್ಲೇ ಇದ್ದೇನೆ.

ಈ ಹಾಡನ್ನು ಮೌನ ಗಾಂಭೀರ್ಯದಿಂದ ಕೇಳುತ್ತಿದ್ದ ಎತ್ತರದ ಹೂಗಿಡಗಳು ಸ್ತೆತ್ಲಾನಳನ್ನು ನೋಡಿ ತಲೆಯಲ್ಲಾಡಿಸಿದುವು.

"ಓ ಚೆಂಡೆಯವಳೆ, ಈ ಕಡೆ ಬಾ!" ಪೊದರುಗಿಡಗಳನ್ನು ಸರಿಸುತ್ತ ನಾನೆಂದೆ. "ತಂಪಾದ ನೀರೂ ಕೆಂಪಾದ ಆಪ್‌ಲೂ ಬಿಳಿಯ ರೊಟ್ಟಿಯೂ ಹಳದಿ ಜಿಲೇಬಿಯೂ ಇಲ್ಲಿವೆ. ಒಳ್ಳೆಯ ಹಾಡೊಂದಕ್ಕೆ ಯಾವ ಬಹುಮಾನ ಕೊಟ್ಟರೂ ಹೆಚ್ಚಾಗದು."

ಸ್ತೆತ್ಲಾನಳಿಗೆ ಕೊಂಚ ಗೊಂದಲ ಉಂಟಾಯಿತು. ಅವಳು ಮುನಿಸಿನಿಂದ ತಲೆಕೊಡಹಿದ್ದಲ್ಲದೆ ಮರೂಸ್ಯಳ ಹಾಗೆಯೇ ಕಣ್ಣುಗಳನ್ನು ಕಿರಿದಾಗಿಸಿ ಹೀಗೆ ಹೇಳಿದಳು : "ಕದ್ದುನಿಂತು ಕೇಳುವುದು, ಅಲ್ಲವೇ? ನಾಚಿಕೆಯಿಲ್ಲವಲ್ಲ, ಸಖಾವೇ".

ಕೂಡಲೇ ಅವಳು ಮೌನಿಯೂ ಚಿಂತಾಮಗ್ನಳೂ ಆದಳು. ನಾವು ಹಾಗೆ ನಿಂತುಕೊಂಡಿದ್ದಾಗಲೇ ಫಕ್ಕನೆ ಒಂದು ಹಳದಿ ಹಕ್ಕಿ ಹಾರಿಬಂದು ಮರದ ರೆಂಬೆಯಲ್ಲಿ ಕುಳಿತು ಏನೋ ಚಿಲಿಪಿಲಿಸಿತು.

ಅದು ಒಂದು ಮೊಂಡುಧೈರ್ಯದ ಹಕ್ಕಿಯಾಗಿತ್ತು. ನಮ್ಮ ಎದುರಾಗಿಯೇ ಕುಳಿತುಕೊಂಡು ಅದು ಚಿಲಿಪಿಲಿಸುತ್ತಲೂ ಸರಿದಾಡುತ್ತಲೂ ಇತ್ತೇ ಹೊರತು ಹಾರಿಹೋಗಲಿಲ್ಲ.

"ನನಗೆ ಪರಿಚಯವಿರುವ ಹಕ್ಕಿ ಅದು," ಸ್ತೆತ್ಲಾನ ಹೇಳಿದಳು. "ಅಮ್ಮನೂ ನಾನೂ ತೋಟದಲ್ಲಿ ಉಯ್ಯಾಲೆಯಾಡುವಾಗ ನಾನು ಅದನ್ನು ನೋಡಿದ್ದೇನೆ. ಅಮ್ಮ ನನ್ನನ್ನು ತುಂಬ ಎತ್ತರಕ್ಕೆ ಉಯ್ಯಾಲೆ ತೂಗಿದ್ದಳು. ಕೂ... ಕೂ... ಅದು ಯಾಕೆ ಇಷ್ಟೊಂದು ದೂರ ದಾಟಿ ಹಾರಿಕೊಂಡು ನಮ್ಮ ಹತ್ತಿರ ಬಂದಿರುವುದು?"

"ಛೇ, ಇದು ಅದಲ್ಲ!" ನಾನು ಅನುಮಾನವೇ ಇಲ್ಲದೆ ಹೇಳಿದೆ. "ಇದು ಬೇರೊಂದು ಹಳದಿ ಹಕ್ಕಿ. ನೀನು ತಪ್ಪು ತಿಳಿದಿದ್ದಿ, ಸ್ತೆತ್ಲಾನ. ಆ ಹಳದಿ ಹಕ್ಕಿಯ ಬಾಲದಿಂದ ತುಂಬ ಗರಿಗಳು ಉದುರಿವೆ. ನಮ್ಮ ಮನೆಯ ಯಜಮಾನಿಯ ಒಂಟಿಕಣ್ಣ ಬೆಕ್ಕು ಅವನ್ನು ಹರಿದು ತೆಗೆದದ್ದು. ಆ ಹಳದಿ ಹಕ್ಕಿ ಇದಕ್ಕಿಂತ ದಪ್ಪಗಿದೆ. ಅದರ ಸ್ವರದಲ್ಲೂ ವ್ಯತ್ಯಾಸವಿದೆ."

"ಅಲ್ಲ, ಇದು ಅದೇ ಹಕ್ಕಿ." ಸ್ತೆತ್ಲಾನ ಹಠದಿಂದ ಹೇಳಿದಳು. "ನನಗೆ ಸರೀ ಪರಿಚಯವಿದೆ ಅದರದು. ಅದಕ್ಕೇ ಅದು ಇಷ್ಟೊಂದು ದೂರ ಹಾರುತ್ತ ಕ್ರಮಿಸಿ ನಮ್ಮ ಬಳಿಬಂದಿರುವುದು."

"ಅಯ್ಯಯ್ಯೋ ಅಯ್ಯಯ್ಯೋ ನಾವಲ್ಲಪ್ಪಾ" ಶೋಕಭರಿತವಾದ ಭಾರವಾದ ದನಿಯಲ್ಲಿ ನಾನು ಹಾಡಿದೆ. "ನೀಲಿಕಪ್ಪ್ ಒಡೆದದ್ದು ನಾವಲ್ಲಪ್ಪ. ದೂರ ದೂರ ಹೋಗಲು ನಾವು ನಿಶ್ಚೈಸಿದ್ದೇವೆ."

ಹಳದಿ ಹಕ್ಕಿ ಸಿಟ್ಟಿನಿಂದೊಮ್ಮೆ ಕೂಗಿತು. ಅಲ್ಲಿದ್ದ ಲಕ್ಷೋಪಲಕ್ಷ ಹೂಗಳಲ್ಲಿ ಒಂದಾದರೂ ತಲೆಯಲ್ಲಾಡಿಸುವುದಿರಲಿ, ಒಂದಿಷ್ಟು ಅಲುಗಾಡಲೂ ಇಲ್ಲ. ಸ್ತೆತ್ಲಾನ ಹಣೆ ಸುಕ್ಕುಗಟ್ಟಿಸಿ ಕರ್ಕಶ ಸ್ವರದಲ್ಲಿ ಎಂದಳು :

"ಅಪ್ಪನ ಸ್ವರ ಸರಿಯಿಲ್ಲ. ಮನುಷ್ಯರು ಯಾರೂ ಹೀಗೆ ಹಾಡುವುದಿಲ್ಲ. ಕರಡಿಗಳು ಮಾತ್ರ ಹೀಗೆ ಹಾಡಿಯಾವು."

ನಾವು ಮೌನವಾಗಿ ಎದ್ದು ತೋಪಿನಿಂದ ಹೊರಟೆವು. ಅದೃಷ್ಟಕ್ಕೆ ಗುಡ್ಡದ ತಳಭಾಗದಲ್ಲಿ ನೀಲಿಮೆಯಿಂದ ಕೂಡಿದ ತಂಪಾದ ತಿಳಿನೀರು ಹರಿಯುತ್ತಿದ್ದ ಒಂದು ತೊರೆಯ ಹೊಳಪು ನಮ್ಮ ಕಣ್ಣಿಗೆ ಬಿತ್ತು.

ನಾನು ಸ್ತೆತ್ಲಾನಳನ್ನು ಎತ್ತಿಕೊಂಡೆ. ಮಣಲದಿಣ್ಣೆಯನ್ನೂ ಹಸಿರು ಬಣ್ಣದ ತುರುತ್ತಿಯನ್ನೂ ಕಂಡಾಗ ಅವಳು ಬೇರೆಲ್ಲವನ್ನೂ ಮರೆತು ಕೈ ಚಪ್ಪಾಳೆ ತಟ್ಟುತ್ತ ಆಹ್ಲಾದದಿಂದ ಕೂಗಾಡಿದಳು :

"ಆಡಬೇಕು! ಆಡಬೇಕು! ಆಡಬೇಕು!"

ದೂರ ಕಡಿಮೆ ಮಾಡುವುದಕ್ಕಾಗಿ ನಾವು ತೇವಮಯವಾದ ಹುಲ್ಲ ಬಯಲಲ್ಲಿ ತೊರೆಗೆದುರಾಗಿ ನಡೆದೆವು.

ಬೇಗನೆ ನಾವು ಜವುಗುನೆಲದಲ್ಲಿ ದಟ್ಟವಾಗಿ ಬೆಳೆದಿದ್ದ ಬಲ್ಲೆ ಕಾಡುಗಳೆಡೆಯಲ್ಲಿ ಸೇರಿಹೋದೆವು. ಬಂದದಾರಿಯಾಗಿಯೇ ಹಿಂತಿರುಗಿ ಹೋಗಲು ನಮಗೆ ಇಷ್ಟವಾಗಲಿಲ್ಲ. ಹೇಗಾದರೂ ಆಬದಿ ಸೇರಬೇಕೆಂದು ನಾವು ನಿಶ್ಚೈಸಿದೆವು. ಆದರೆ ಮುಂದೆ ಸರಿದಂತೆಲ್ಲ ನಾವು ಹೆಚ್ಚು ಹೆಚ್ಚು ಜವುಗುನೆಲದಲ್ಲಿ ಸಿಲುಕಿಕೊಂಡೆವು.

ನಾವು ಆ ಜವುಗುನೆಲದಲ್ಲಿ ಸುತ್ತಿ ನಡೆದೆವು. ಎಡಕ್ಕೂ ಬಲಕ್ಕೂ ನಡೆದು ನೋಡಿದೆವು. ಸಣಕಲು ಪೊದರುಗಳನ್ನು ದಾಟಿಹೋಗಿ ಒಂದು ಮಣ್ಣದಿನ್ನೆಯಿಂದ ಇನ್ನೊಂದಕ್ಕೆ ನೆಗೆದು ದಾಟಿದೆವು. ಕೆಸರಿನಲ್ಲಿ ಮುಳುಗಿ ನಮ್ಮ ಮೈಯೆಲ್ಲ ಒದ್ದೆಯಾಯಿತೇ ಹೊರತು ನಮಗೆ ಅದರಿಂದ ಹೊರಬರಲಾಗಲಿಲ್ಲ.

ಬಲ್ಲೆಗಳಾಚೆ ಹತ್ತಿರದಲ್ಲೆಲ್ಲೋ ಹಸುಗಳು ಮೇಯುತ್ತಿರುವ ಸದ್ದು ಕೇಳಿತು. ದನ ಮೇಯಿಸುವವ ಚಾಟಿ ಬಾರಿಸಿದಾಗ ನಾಯಿಯೊಂದು ಬೊಗಳಿತು. ಅದು ನಮ್ಮ ವಾಸನೆ ಹಿಡಿದಿರಬೇಕೆನಿಸುತ್ತದೆ. ಆದರೆ ತುಕ್ಕಿನ ಬಣ್ಣದ ರಾಡಿ ನೀರನ್ನೂ ಕೊಳೆತ ಕುತ್ತಿಪೊದರುಗಳನ್ನೂ ಆನೆಹುಲ್ಲನ್ನೂ ಹೊರತು ಬೇರೇನನ್ನೂ ನಾವು ಕಾಣಲಿಲ್ಲ.

ಸ್ತೆತ್ಲಾನಳ ಮುಖದಲ್ಲಿ ಆತಂಕ ಕಾಣಿಸಿಕೊಂಡಿತು. ಅವಳು ಪುನಃ ಪುನಃ ಮುಖ ತಿರುಗಿಸಿ ನನ್ನ ಮುಖ ನೋಡಿದಳು. "ಏನಪ್ಪಾ ಇದು? ನೀವು ಎಷ್ಟು ದೊಡ್ಡವರು, ಬಲಶಾಲಿ, ಹಾಗಿದ್ದು ನಾವು ಈ ಸ್ಥಿತಿಗೆ ತಲಪಿದೆವಲ್ಲ?" ಎಂಬೊಂದು ಮೌನವಿಷಾದ ಅವಳ ನೋಟದಲ್ಲಿತ್ತು.

"ನೀನು ಇಲ್ಲಿ ನಿಂತುಕೊ! ಅಲುಗಾಡಬೇಡ! ಅಲುಗಾಡಬೇಡ!" ತೇವವಿಲ್ಲದ ಒಂದೆಡೆ ಸ್ತೆತ್ಲಾನಳನ್ನು ಕೆಳಗೆ ಇಳಿಸಿ ನಾನೆಂದೆ.

ನಾನು ಕುತ್ತಿಪೊದರುಗಳೆಡೆ ತಿರುಗಿದೆ. ಆದರೆ ಅಲ್ಲಿಯೂ ಹಸಿರುಗಟ್ಟಿದ ರಾಡಿಯೂ ಜವುಗುನೆಲದಲ್ಲಿ ಬೆಳೆಯುವ ಕಾಡುಹೂಗಳೂ ಅಲ್ಲದೆ ಬೇರಾವುದೂ ಇರಲಿಲ್ಲ.

ನಾನು ಹಿಂತಿರುಗಿ ಹೋದಾಗ ಸ್ತೆತ್ಲಾನ ಅವಳನ್ನು ನಿಲ್ಲಿಸಿದ ಜಾಗದಲ್ಲಿ ನಿಂತಿರಲಿಲ್ಲ. ತುದಿಗಾಲಲ್ಲಿ ನಿಂತು ಕುತ್ತಿ ಪೊದರುಗಳನ್ನು ಹಿಡಿಯುತ್ತ ಅವಳು ಜಾಗ್ರತೆಯಿಂದ ನನ್ನ ಬಳಿಗೆ ಬರುತ್ತಿದ್ದಳು.

"ನಿನ್ನನ್ನು ನಿಲ್ಲಿಸಿದ್ದಲ್ಲಿಗೆ ಹೋಗಿ ನಿಂತುಕೊ!" ನಾನು ಕರ್ಕಶ ಧ್ವನಿಯಲ್ಲಿ ಹೇಳಿದೆ.

ಸ್ತೆತ್ಲಾನ ನಿಂತಳು. ಅವಳು ಕಣ್ಣು ಮುಚ್ಚಿದಳು. ಅವಳ ತುಟಿಗಳು ನಡುಗುತ್ತಿದ್ದುವು.

"ಬೊಬ್ಬೆ ಹೊಡೆಯುವುದು ಯಾಕೆ?" ನಡುಕದ ಧ್ವನಿಯಲ್ಲಿ ಅವಳು ಕೇಳಿದಳು. "ನನ್ನ ಕಾಲಲ್ಲಿ ಚಪ್ಪಲಿ ಇಲ್ಲ. ಅಲ್ಲಿ ಕಪ್ಪೆಗಳಿವೆ. ನನಗೆ ಭಯವಾಯಿತು."

ಆಗ ನನಗೆ ಸ್ತೆತ್ಲಾನಳಲ್ಲಿ ಅನುಕಂಪವುಂಟಾಯಿತು. ನನ್ನ ಕಾರಣದಿಂದ ಅವಳಿಗೆ ಈ ಸ್ಥಿತಿ ಬಂತಲ್ಲ.

"ಇದೋ, ಈ ಕೋಲು ತೆಗೆದುಕೋ", ನಾನು ಕೂಗಿ ಹೇಳಿದೆ. "ಆ ದರಿದ್ರ ಕಪ್ಪೆಗಳಿಗೆ ಚೆನ್ನಾಗಿ ಏಟು ಬಿಗಿಯಬೇಕು. ಆದರೆ ನೀನು ಅಲ್ಲಿಂದ ಕದಲಬಾರದು. ನಾವು ಹೇಗಾದರೂ ಹೊರಗೆ ದಾಟಿಬಿಡೋಣ."

ನಾನು ಮತ್ತೆ ಕುತ್ತಿ ಪೊದರುಗಳ ಕಾಡು ಸೇರಿದೆ. ಎಂಥ ಅನರ್ಥ! ವಿಶಾಲವಾದ ದ್ನೀಪರ್ ನದಿಯ ಬಳಿಯಲ್ಲಿ ಅಂತ್ಯವಿಲ್ಲದೆ ಹರಡಿಕೊಂಡಿರುವ ಒದ್ದೆಹುಲ್ಲಿನ ಕಾಡುಗಳಲ್ಲಿ, ಅಲ್ಲವಾದರೆ ಒಮ್ಮೆ ವ್ರಾಂಕಲ್‌ನ ವೈಟ್‌ಗಾರ್ಡ್ ಗುಂಪನ್ನು ಸೆರೆಹಿಡಿದು ಹದಬರಿಸಿದ ಅಫ್ತೀರ್ಕದ ಶಾಂತ ಗಂಭೀರ ಹುಲ್ಲುಗಾವಲುಗಳಲ್ಲಿ, ಈ ಶಾಪಗ್ರಸ್ತ ಪುಟ್ಟ ಜವುಗುನೆಲವನ್ನು ಹೇಗೆ ಹೋಲಿಸುವುದು ಸಾಧ್ಯ?

ಮಣ್ಣದಿನ್ನೆಯಿಂದ ಮಣ್ಣದಿನ್ನೆಗೆ, ಕುತ್ತಿಪೊದರುಗಳಿಂದ ಕುತ್ತಿ ಪೊದರುಗಳಿಗೆ, ಒಂದೊಂದು ಹೆಜ್ಜೆ ಇರಿಸಿದಾಗಲೂ ಸೊಂಟದ ವರೆಗಿನ ನೀರಲ್ಲಿ, ಮುಂದಿನ ಹೆಜ್ಜೆಯೂರುವಾಗ ಒಣಗಿದ ಅರಶೂಮರ ಹೆಜ್ಜೆಯ ಕೆಳಗೆ ನುರು ನುರಿಯಾಗುವ ಸದ್ದು. ಮತ್ತೆ ಒಂದು ಕೊಳೆತ ಮರದತುಂಡು ರಾಡಿನೀರಿಗೆ ಕಳಚಿಬಿತ್ತು. ಒಂದು ಗಿಡದ ಕಾಂಡ ಪೊತ್ತೋ ಅಂತ ಸಶಬ್ದ ಬಿತ್ತು. ಕೊನೆಗೆ ನಿಲುಗಡೆಯ ಜಾಗಸಿಕ್ಕಿತು. ಇದೋ ಇನ್ನೊಂದು ನೀರ ಹೊಂಡ. ಈಗ ಒಣನೆಲ .

ಆನೆಹುಲ್ಲನ್ನು ಸರಿಸಿ ನೋಡಿದಾಗ ಬಳಿಯಲ್ಲೆ ಒಂದು ಆಡು ಗಾಬರಿಗೊಂಡು ಒಂದು ನೆಗೆತ ನೆಗೆಯಿತು.

"ಕೂ... ಸ್ತೆತ್ಲಾನ!" ನಾನು ಕೂಗಿ ಕರೆದೆ. "ನೀನು ಅಲ್ಲಿ ಇದ್ದಿಯಾ?"

"ಕೂ...!" ದಯನೀಯವಾದ ಒಂದು ಕಿರುದನಿ ಕುತ್ತಿಪೊದರುಗಳ ಹಿಂಬದಿಯಿಂದ ಕೇಳಿತು. "ನಾನು ಇಲ್ಲಿ ಇದ್ದೇನೆ!"

ನಾವು ತೊರೆಗಿಳಿದೆವು. ಮೈಯಲ್ಲಿ ದಪ್ಪಗೆ ಮೆತ್ತಿಕೊಂಡಿದ್ದ ಕೆಸರನ್ನು ತೊಳೆದುಕೊಂಡೆವು. ಬಟ್ಟೆ ಒಗೆದು ಹಿಂಡಿ ಬಿಸಿಯಿದ್ದ ಮರಳಲ್ಲಿ ಒಣಗಲು ಹರವಿದ ಬಳಿಕ ನಾವು ತೊರೆಗಿಳಿದು ಮಿಂದೆವು.

ನಾವು ಗಹಗಹಿಸಿ ನಗುತ್ತ ನೀರನ್ನು ಬಡಿದು ಚಿಮ್ಮಿಸಿ ಮಿರಿಮಿರಿ ಮಿಂಚುವ ಜಲಧಾರೆಗಳನ್ನು ಮೇಲಕ್ಕೆ ಹಾರಿಸಿದಾಗ ಮೀನುಗಳೆಲ್ಲ ಹೆದರಿ ಓಡಿಹೋದುವು.

ಮೀಸೆಯಿದ್ದ ಒಂದು ಕರಿಏಡಿಯನ್ನು ನಾನು ನೀರೊಳಗಿನ ಅದರ ಮನೆಯಿಂದ ಹಿಡಿದೆತ್ತಿದೆ. ಅದು ಹೆದರಿ ಕಣ್ಣುತಿರುಗಿಸಿ ವಿಲವಿಲ ಒದ್ದಾಡಿತು. ಇಷ್ಟೊಂದು ಪ್ರಖರವಾಗಿ ಬೆಳಗುವ ಸೂರ್ಯನನ್ನೂ ಇಂಥದೊಂದು ಕೆಂಪು ಕೂದಲವಳನ್ನೂ ಅದು ಬಹುಶಃ ಮೊದಲ ಬಾರಿಗೆ ನೋಡಿದ್ದಿರಬಹುದು. ಏನೇ ಇರಲಿ, ಅದು ಫಕ್ಕನೆ ತಿರುಗಿ ಸ್ತೆತ್ಲಾನಳ ಬೆರಳನ್ನು ಹಿಡಿದುಕೊಂಡಿತು. ಅವಳು ಚೀರಾಡುತ್ತ ಕೈ ಕೊಡವಿದಾಗ ಅದು ಬಾತುಕೋಳಿಗಳ ಮಧ್ಯೆ ಹೋಗಿಬಿತ್ತು.

ಬುದ್ಧಿಯಿಲ್ಲದ ದಪ್ಪ ಬಾತುಮರಿಗಳು ನಾಲ್ಕು ಬದಿಗೂ ಸರಿದುಕೊಂಡುವು. ಆದರೆ ಅಷ್ಟರಲ್ಲಿ ಬೂದಿಬಣ್ಣದ ಒಂದು

ಮುದಿಬಾತು ಈಜುತ್ತಾ ಬಂತು. ಅದು ಇದಕ್ಕಿಂತಲೂ ಭಯಂಕರವಾದ ಎಂಥದೆಲ್ಲವನ್ನೂ ಕಂಡಿದೆ. ತಲೆ ಓರೆ ಹಿಡಿದು ಒಂಟಿಕಣ್ಣಿನಿಂದ ನೋಡಿ ಅದು ಏಡಿಗೆ ಬಲವಾಗಿ ಒಮ್ಮೆ ಕುಕ್ಕಿತು. ಅದರೊಂದಿಗೆ ಏಡಿಯ ಕಥೆ ಮುಗಿಯಿತು.

ನಾವು ಮಿಂದು ಮೈ ಒರೆಸಿಕೊಂಡು ಬಟ್ಟೆ ಧರಿಸಿ ಪಯಣ ಮುಂದುವರಿಸಿದೆವು. ಆಮೇಲೂ ದಾರಿಯಲ್ಲಿ ನಾವು ಹಲವಾರು ದೃಶ್ಯಗಳನ್ನು ಕಂಡೆವು. ಮನುಷ್ಯರು, ಕುದುರೆಗಳು, ಗಾಡಿಗಳು, ಲಾರಿಗಳು ಮಾತ್ರವಲ್ಲ ಬೂದಿಬಣ್ಣದ ಒಂದು ಪ್ರಾಣಿಯನ್ನು ಕೂಡ ನಾವು ಕಂಡೆವು. ಅದು ಪುಟ್ಟದೊಂದು ಮುಳ್ಳುಹಂದಿ. ನಾವು ಅದನ್ನು ಎತ್ತಿಕೊಂಡು ಮುಂದೆ ಹೋದೆವು. ಆದರೆ ಅದರ ಮುಳ್ಳುಗಳು ಕೈಗೆ ಚುಚ್ಚುತ್ತಿದ್ದುದರಿಂದ ಅದನ್ನು ನಾವು ತಂಪಾಗಿದ್ದ ತೊರೆಯಲ್ಲಿ ಬಿಟ್ಟುಬಿಟ್ಟೆವು.

ಆ ಮುಳ್ಳುಹಂದಿ ಗುರುಗುಟ್ಟುತ್ತ ತೊರೆಯ ಆಚೆಬದಿಗೆ ಈಜುತ್ತ ಹೋಯಿತು. ಅದು ಭಾವಿಸಿರಬಹುದು: ಯಾರೋ ತರ್ಲೆಗಳು! ತಾಕತ್ತಿದ್ದರೆ, ನನ್ನ ಗೂಡನ್ನು ಕಂಡುಹಿಡಿಯಿರಿ!

ಕೊನೆಗೆ ನಾವು ತಟಾಕದ ಬಳಿಗೆ ತಲಪಿದೆವು.

'ಮುಂಜಾವು' ಎಂಬ ಒಕ್ಕೂಟಕೃಷಿ ಆವರಣದ ಅತ್ಯಂತ ದೂರದ ಹೊಲ ಇಲ್ಲಿಗೆ ಕೊನೆಗೊಳ್ಳುತ್ತದೆ. ತಟಾಕದ ಆಚೆ ತೀರದಲ್ಲಿರುವುದು ಒಕ್ಕೂಟಕೃಷಿಯವರ 'ಅರುಣೋದಯ' ಎಂಬ ಜಮೀನು.

ಇಲ್ಲಿ ಕಾಡಿನ ಅಂಚಿನಲ್ಲಿ ಮರದ ಮೋಪುಗಳಿಂದಲೇ ನಿರ್ಮಿಸಿದ ಒಂದು ಮನೆಯನ್ನು ನಾವು ಕಂಡೆವು. ಅದು ಕಾವಲುಗಾರ ವೃದ್ಧನ ಮಗಳು ವೇಲಂತಿನ ತನ್ನ ಮಗ ಫ್ಯೋದೋರನೊಂದಿಗೆ ವಾಸಿಸುವ ಮನೆ ಎಂದು ನಾವು ಆಗಲೇ ತೀರ್ಮಾನಿಸಿದೆವು.

ಎತ್ತರದ ಸೂರ್ಯಕಾಂತಿ ಗಿಡಗಳು ಪಾರೆಕಾಯುವವರ ಹಾಗೆ ಕಾವಲುನಿಂತಿರುವ ಬೇಲಿಯನ್ನು ಸುತ್ತಿಕೊಂಡು ನಾವು ಆ ಮನೆಗೆ ಹೋದೆವು.

ತೋಟಕ್ಕೆ ಹೋಗುವ ಮೆಟ್ಟಿಲುಗಳ ಮೇಲೆ ವೇಲಂತಿನ ನಿಂತಿದ್ದಳು. ಅಪ್ಪನ ಹಾಗೆಯೇ ಅಗಲವಾದ ಹೆಗಲುಗಳೂ ಅವಕ್ಕೆ ತಕ್ಕ ಎತ್ತರವೂ ಇದ್ದ ಒಬ್ಬಾಕೆ ಮಹಿಳೆ ಆಕೆ. ನೀಲಿಬ್ಲೌಸಿನ ಕೊರಳು ತೆರೆದಿತ್ತು. ಒಂದು ಕೈಯಲ್ಲಿ ಕಸಬರಿಗೆಯನ್ನೂ ಇನ್ನೊಂದರಲ್ಲಿ ಒದ್ದೆ ಚಿಂದಿಬಟ್ಟೆಯನ್ನೂ ಅವಳು ಹಿಡಿದುಕೊಂಡಿದ್ದಳು.

"ಫ್ಯೊದೋರ್!" ಆಕೆ ಕೂಗಿ ಕರೆದಳು. "ಬೂದಿ ಬಣ್ಣದ ತೋಪನ್ನು ನೀನು ಏನು ಮಾಡಿದೆ, ಅಧಿಕ ಪ್ರಸಂಗಿ?"

"ಅದೋ ಅಲ್ಲಿದೆಯಲ್ಲ!" ಗಮನಸೆಳೆಯುವ ಒಂದು ಶಬ್ದ ರಾಸ್ಪೆರಿ ಮರಗಳ ಎಡೆಯಿಂದ ಕೇಳಿಬಂತು. ಸೆಣಬಿನ ನಾರಿನಂಥ ಕೂದಲಿನ ಫ್ಯೊದೋರ್ ಸುಟ್ಟಿತೋರಿಸಿದ ಗುಳಿಯಲ್ಲಿ ಒಂದಷ್ಟು ಮರದ ಚೆಕ್ಕೆಗಳನ್ನೂ ಹುಲ್ಲನ್ನೂ ಒಟ್ಟಿದ ಒಂದು ತೋಪು ಎದ್ದು ಕಾಣುವಂತೆ ಇತ್ತು.

"ಆ ಜರಡಿಯನ್ನು ನೀನೇನು ಮಾಡಿದೆಯೋ ಮುಠ್ಠಾಳ?"

"ಅದೋ ಅಲ್ಲಿ!" ಕಲ್ಲುಕಟ್ಟಿ ತೂಗಾಡಿಸಿದ್ದ ಜರಡಿಯನ್ನು ತೋರಿಸಿ ಅಷ್ಟೇ ಗಾಂಭೀರ್ಯದಿಂದ ಫ್ಯೊದೋರ್ ಹೇಳೀದ. ಅದರ ಕೆಳಭಾಗದಲ್ಲಿ ಏನೋ ಚಲನೆಯನ್ನು ಕಾಣಬಹುದಾಗಿತ್ತು.

"ನೀನು ನೋಡುತ್ತಾ ಇರು ಮುಠ್ಠಾಳ! ಮನೆಗೆ ಬರುವಾಗ ಈ ಒದ್ದೆ ಬಟ್ಟೆಯಿಂದ ನಿನಗೆ ಒಂದು ಕೊಡುವುದಕ್ಕಿದೆ", ವಲಂತೀನ ಹೇಳಿದಳು. ನಮ್ಮನ್ನು ಕಂಡ ಕೂಡಲೇ ಆಕೆ ಮೇಲಕ್ಕೆ ಸಿಕ್ಕಿಸಿದ್ದ ಲಂಗದ ಅಂಚನ್ನು ಕೆಳಗೆ ಬಿಟ್ಟಳು.

"ನಮಸ್ಕಾರ" ನಾನಂದೆ. "ಅಪ್ಪ ಕ್ಷೇಮ ವಿಚಾರಣೆ ಮಾಡಿದ್ದನ್ನು ತಿಳಿಸಲು ಹೇಳಿದ್ದಾರೆ."

"ಕೃತಜ್ಞತೆಗಳು!" ವಲಂತೀನ ಹೇಳಿದಳು. "ತೋಟ ಹತ್ತಿ ಬನ್ನಿ, ಕುಳಿತುಕೊಳ್ಳಿ. ಆಯಾಸ ಪರಿಹರಿಸಿಕೊಂಡು ಹೋಗುವಿರಂತೆ."

ನಾವು ಮೆಟ್ಟಿಲುದಾಟಿ ಒಳಗೆಹೋಗಿ ಆಪ್‌ಲ್‌ಗಳು ಬೆಳೆದು ನಿಂತಿದ್ದ ಒಂದು ಮರದ ಕೆಳಗೆ ಮಲಗಿಕೊಂಡೆವು.

ಅಪಾಪೋಲಿಯಾಗಿದ್ದ ಫ್ಯೋದೋರನ ಮೈಮೇಲೆ ಕೇವಲ ಒಂದು ಷರ್ಟ್ ಮಾತ್ರ ಇತ್ತು. ಆವೆಮಣ್ಣು ಅಂಟಿಕೊಂಡ ಒದ್ದೆ ನಿಕ್ಕರ್ ಹುಲ್ಲಮೇಲೆ ಬಿದ್ದಿದೆ.

"ನಾನು ರಾಸ್‌ಬೆರಿ ತಿನ್ನುತ್ತಿದ್ದೇನೆ", ಅವನು ತಾತ್ಸಾರದಿಂದ ನಮ್ಮಲ್ಲಿ ತಿಳಿಸಿದ. "ಎರಡು ಗಿಡಗಳನ್ನು ಖಾಲಿಮಾಡಿದ್ದೇನೆ. ಇನ್ನಷ್ಟನ್ನು ತಿನ್ನಬೇಕೆಂದಿದ್ದೇನೆ".

"ಹೊಟ್ಟೆತುಂಬ ತಿಂದುಕೊ. ಆದರೆ ಹೊಟ್ಟೆ ಬಿರಿದುಹೋಗದಂತೆ ಎಚ್ಚರವಿರಲಿ", ನಾನೆಂದೆ.

ಫ್ಯೋದೋರ್ ಕೈಯಿಂದ ಹೊಟ್ಟೆಗೆ ಚುಚ್ಚಿಕೊಂಡು ನೋಡಿದ. ನನ್ನ ನೇರಕ್ಕೆ ರೋಷದ ಒಂದು ನೋಟವನ್ನು ಎಸೆದು ಅವನು ನಿಕ್ಕರ್ ತೆಗೆದುಕೊಂಡು ಮನೆಗೆ ಹೋದ.

ನಾವು ತುಂಬ ಹೊತ್ತು ಮೌನವಾಗಿ ಮಲಗಿಕೊಂಡೆವು. ಸ್ತೆತ್ಲಾನ ನಿದ್ದೆ ಹೋಗಿದ್ದಾಳೆಂದು ನಾನು ಭಾವಿಸಿದ್ದೆ. ಹೊರಳಿ ನೋಡಿದಾಗ ಅವಳು ನಿದ್ರಿಸುತ್ತಿಲ್ಲವೆಂದು ತಿಳಿಯಿತು. ಬಿಳಿಬಣ್ಣದ ಪತಂಗವೊಂದು ಗುಲಾಬಿರಂಗಿನ ಅವಳ ಉಡುಪಿನ ತೋಳಿನಲ್ಲಿ ತೆವಳಿ ಬರುವುದನ್ನು ಅವಳು ಉಸಿರು ಬಿಗಿಹಿಡಿದು ನೋಡುತ್ತಿದ್ದಳು. ಒಮ್ಮೆಲೆ ಸಿಡಿಲು ಅಪ್ಪಳಿಸುವ ಹಾಗಿನ ಒಂದು ಮೊಳಗು ಕೇಳಿಸಿತು. ದಿಗಂತಗಳು ನಡುಗಿದುವು. ಅಲುಗಾಡದೆ ನಿಂತಿದ್ದ ಆಪಲ್ ಮರಗಳ ಮೇಲಿನಿಂದ ಹೊಳೆಯುವ ವಿಮಾನವೊಂದು ಬಿರುಗಾಳಿಯಂತೆ ಶಬ್ದಿಸುತ್ತ ಹಾರಿಹೋಯಿತು.

ಸ್ತೆತ್ಲಾನ ಸ್ಥಂಭಿತಳಾದಳು. ಪತಂಗ ಹಾರಿಹೋಯಿತು. ಹಳದಿಬಣ್ಣದ ಹುಂಜವೊಂದು ಬೇಲಿಯ ಮೇಲಿಂದ ಹಾರಿ ಇಳಿಯಿತು. ಹೆದರಿ ಕಂಗಾಲಾದ ಒಂದು ವಿಲಾಯಿತಿ ಕಾಗೆ ಗಟ್ಟಿಯಾಗಿ ಕೂಗುತ್ತಾ ಆಕಾಶದಲ್ಲಿ ಶರವೇಗದಲ್ಲಿ ಹಾರಿಹೋಯಿತು. ಬಳಿಕ ಎಲ್ಲಾ ಶಾಂತವಾಯಿತು. "ಅವನೇ ಆ ಪೈಲಟ್" ಸ್ತೆತ್ಲಾನ್ ಅಸೂಯೆಯಿಂದ ಹೇಳಿದಳು. "ನಿನ್ನೆ ನಮ್ಮ ಮನೆಗೆ ಬಂದವನು".

"ನಿನಗೆ ಹೇಗೆ ಗೊತ್ತು? " ತಲೆಯೆತ್ತಿ ಅವಳನ್ನು ನೋಡುತ್ತಾ ನಾನು ಕೇಳಿದೆ. "ಕೆಲವೊಮ್ಮೆ ಅದು ಬೇರೊಬ್ಬನಿರಬಹುದು."

"ಅಲ್ಲವೇ ಅಲ್ಲ. ಅವನೇ, ದೂರದ ಒಂದೂರಿಗೆ ನಾಳೆ ಹೋಗುವವನಿದ್ದೇನೆ. ಪುನಃ ಈಚೆಗೆ ಬರುವುದಿಲ್ಲವೆಂದು ಅವನು ಅಮ್ಮನಲ್ಲಿ ಹೇಳಿದ್ದನ್ನು ನಾನೇ ಕೇಳಿಸಿಕೊಂಡಿದ್ದೇನೆ. ಆಗ ನಾನು ಒಂದು ಕೆಂಪಾದ ಟೊಮೇಟೊ ತಿನ್ನುತ್ತಿದ್ದೆ. ಆಗ ಅಮ್ಮ ಹೇಳಿದಳು, 'ಹಾಗಾದರೆ ಶುಭ ಪ್ರಯಾಣ' ಎಂದು." "ಅಪ್ಪಾ" ನನ್ನ ಹೊಟ್ಟೆಯಲ್ಲಿ ಕುಳಿತುಕೊಂಡು ಸ್ವೆತ್ಲಾನ ಮುಂದುವರಿಸಿದಳು, "ಅಮ್ಮನ ಬಗೆಗೆ ಏನಾದರೂ ಹೇಳಿರಿ. ಉದಾಹರಣೆಗೆ ನಾನು ಹುಟ್ಟುವ ಮೊದಲು ಸಂಗತಿಗಳೆಲ್ಲ ಹೇಗಿದ್ದುವು ಎಂದು".

"ಏನು ಹೇಳುವುದು ಎಲ್ಲವೂ ಈಗಿನ ಹಾಗೆಯೇ ಇದ್ದುವು. ಮೊದಲು ಹಗಲು ಆಮೇಲೆ ರಾತ್ರಿ. ಪುನಃ ಹಗಲು-ರಾತ್ರಿ. ಹೀಗೆ ಹಾಗೆ ಸಾವಿರಾರು ದಿನಗಳು." ತಾಳ್ಮೆಗೆಟ್ಟು ಸ್ವೆತ್ಲಾನ ಹೇಳಿದಳು, "ಆ ದಿನಗಳಲ್ಲಿ ಏನಾದುವು ಎಂದು ಹೇಳಿ. ನಿಮಗೆ ಗೊತ್ತಲ್ಲ ನಾನು ಉದ್ದೇಶಿಸುವುದು ಏನೆಂದು? ಹಾಗಿದ್ದೂ ತಿಳಿಯದವರ ಹಾಗೆ ವರ್ತಿಸುತ್ತಿದ್ದೀರಿ."

"ಸರಿ ನಾನು ಹೇಳುತ್ತೇನೆ. ಅದಕ್ಕೆ ನೀನು ಮೊದಲು ನನ್ನ ಹೊಟ್ಟೆಯಿಂದ ಇಳಿದು ಹುಲ್ಲಿನ ಮೇಲೆ ಕುಳಿತುಕೋ. ನನಗೆ ಉಸಿರಾಟ ನಡೆಯುತ್ತಿಲ್ಲ. ಸರಿ ಕೇಳಿಸಿಕೋ."

"ನಮ್ಮ ಮರೂಸ್ಯಳಿಗೆ ಅಂದು ಹದಿನೇಳರ ಪ್ರಾಯ. ವೈಟ್‌ಗಾರ್ಡ್‌ನವರು ಅವರ ಪಟ್ಟಣವನ್ನು ಮುತ್ತಿದರು. ಅವರ ತಂದೆಯನ್ನು ಜೈಲಿಗೆ ಹಾಕಿದರು. ಅದಕ್ಕೆ ಎಷ್ಟೋ ಮೊದಲೇ ಅವರ ಅಮ್ಮ ಸತ್ತು ಹೋಗಿದ್ದರು. ಹಾಗಾಗಿ ಮರೂಸ್ಯ ಒಬ್ಬಂಟಿಯಾದಳು."

"ಅಮ್ಮನ ವಿಷಯ ನೆನೆದು ನನಗೆ ದುಃಖವಾಗುತ್ತಿದೆ" ನನಗೆ ಅಂಟಿ ಕುಳಿತುಕೊಳ್ಳುತ್ತ ಸ್ವೆತ್ಲಾನ ಹೇಳಿದಳು. "ಆಮೇಲೆ..." ಮರೂಸ್ಯ ಬೇಗ ಬೇಗ ಒಂದು ಶಾಲು ತೆಗೆದು ಹೊದ್ದುಕೊಂಡು ಓಡುತ್ತಾ ರಸ್ತೆಗಿಳಿದಳು. ಕಾರ್ಮಿಕರಾಗಿದ್ದ ಗಂಡಸರನ್ನೂ ಹೆಂಗಸರನ್ನೂ ರಸ್ತೆಯಲ್ಲಿ ವೈಟ್‌ಗಾರ್ಡುಗಳು ಹಿಡಿದು ಜೈಲಿಗೆ

ಒಯ್ಯುತ್ತಿದ್ದರು. ಬೂರ್ಶ್ವಾಗಳಿಗೆ ತುಂಬಾ ಸಂತೋಷವಾಯಿತೆಂದು ಹೇಳಬೇಕಾಗಿಲ್ಲವಷ್ಟೆ. ಅವರ ಮನೆಗಳಲ್ಲಿ ದೀಪಗಳು ಬೆಳಗಿದವು. ಹಾಡುಗಳು ಮೊಳಗಿದುವು. ಆದರೆ ನಮ್ಮ ಮರೂಸ್ಯಳಿಗೆ ಹೋಗಲು ಯಾವುದೇ ಜಾಗವಿರಲಿಲ್ಲ. ಅವಳ ನೋವನ್ನು ಕೇಳಿಸಿಕೊಳ್ಳಲು ಯಾರೂ ಇರಲಿಲ್ಲ."

"ಅಯ್ಯೋ ಪಾಪ! ನನಗೆ ಅಮ್ಮನ ಸಂಗತಿಯನ್ನು ನೆನೆದು ತುಂಬಾ ದುಃಖವಾಗುತ್ತಿದೆ". ಸ್ವೆತ್ಲಾನ ತಾಳ್ಮೆಗೆಟ್ಟು ಮಧ್ಯಪ್ರವೇಶಿಸಿ ಹೇಳಿದಳು. "ಕೆಂಪುಸೇನೆಯವರು ಬರುವ ವರೆಗಿನ ಕಥೆಯನ್ನು ಬೇಗ ಹೇಳಿ ಮುಗಿಸಿ ಅಪ್ಪ".

"ಮರೂಸ್ಯ ಪಟ್ಟಣದ ಹೊರಗೆ ದಾಟಿದಳು. ಒಳ್ಳೆಯ ಬೆಳದಿಂಗಳು ಇತ್ತು. ಗಾಳಿಯ ಸುಂಯ್ಗುಟ್ಟುವಿಕೆ ಕೇಳಬಹುದಾಗಿತ್ತು. ವಿಶಾಲವಾದ ಸ್ಟೆಪ್ಪಿ ಅವಳ ಮುಂದೆ ಹರಡಿಕೊಂಡಿತ್ತು."

"ಅದರಲ್ಲಿ ಕೆನ್ನಾಯಿಗಳಿದ್ದುವೇ?"

"ಇಲ್ಲ. ಗುಂಡಿನ ಸದ್ದು ಕೇಳಿಸಿದಾಗ ಕೆನ್ನಾಯಿಗಳು/ ಕಾಡುನಾಯಿಗಳು ಹೆದರಿ ಹೋದುವು. ಅವು ಕಾಡಿಗೆ ಹೋಗಿ ಅಡಗಿಕೊಂಡುವು. ಮರೂಸ್ಯ ಭಾವಿಸಿದಳು – 'ನಾನು ಈ ಮೆಟ್ಟಿಲುಗಳಲ್ಲಿ ಓಡಿ ಬೆಲ್ಗೊರೋದಿಗೆ ತಲಪುವೆ. ಆ ಪಟ್ಟಣದಲ್ಲಿ ಸಖಾವ್ ವೇರೋಷಿಲೋವ್‌ನ ಕೆಂಪು ಸೇನೆ ಇದೆ. ಆತ ತುಂಬಾ ಧೈರ್ಯಶಾಲಿಯಾಗಿದ್ದನೆಂದು ಕೇಳಿದ್ದೇನೆ. ನಾನು ಸಹಾಯ ಕೇಳಿದರೆ ಆತ ಕೈಬಿಟ್ಟು ಬಿಡಲಾರನೇನೋ?' ಎಂದು ಭಾವಿಸಿದಳು."

"ಕೆಂಪುಸೇನೆ ಎಂದಿಗೂ ಸಹಾಯ ಯಾಚನೆಮಾಡುವುದಕ್ಕಾಗಿ ಕಾದುನಿಲ್ಲುವುದಿಲ್ಲವೆಂದು ಆ ಪೆದ್ದು ಹುಡುಗಿಗೆ ಗೊತ್ತಿರಲಿಲ್ಲ. ವೈಟ್‌ಗಾರ್ಡನ್‌ನವರು ಆಕ್ರಮಿಸುವೆಡೆಗಳಲ್ಲೆಲ್ಲ ಅದು ಸಹಾಯಕ್ಕಾಗಿ ಓಡಿ ತಲುಪುತ್ತಿತ್ತು. ಕೆಂಪು ಸೇನಾ ತುಕಡಿಗಳು ಇದರ ಸಮೀಪದಲ್ಲಿ ಸ್ಟೆಪ್ಪಿಯ ಮೂಲಕ ಮುಂದೆ ಸಾಗುತ್ತಿತ್ತು. ಪ್ರತಿಯೊಂದು ಕೋವಿಯಲ್ಲೂ ಐದು ಗುಂಡುಗಳೂ, ಪ್ರತಿ ಸ್ವಯಂಚಾಲಿತ ಬಂದೂಕಲ್ಲೂ ಇನ್ನೂರೈವತ್ತು ಗುಂಡುಗಳೂ ತುಂಬಲ್ಪಟ್ಟಿದ್ದುವು."

"ನಾನು ಆ ಹೊತ್ತಲ್ಲಿ ಸ್ಟೆಪ್ಪಿಯ ಬಳಿಯಲ್ಲಿ ಕುದುರೆಯ ಮೇಲೆ ಕುಳಿತು ಪಹರೆ ಸುತ್ತುತ್ತಿದ್ದೆ. ಫಕ್ಕನೇ ಒಂದು ನೆರಳು ಚಲಿಸುವಂತೆ ಕಂಡೆ. ಕೂಡಲೇ ಅದು ಒಂದು ಕಿರುಗುಡ್ಡದ ಹಿಂದೆ ಮರೆಯೂ ಆಯಿತು. 'ಆಹಾ' ನಾನು ಮನದಲ್ಲೇ ಅಂದುಕೊಂಡೆ. 'ವೈಟ್‌ಗಾರ್ಡ್‌ನ ಸ್ಕೌಟು. ನೀನು ನನ್ನಿಂದ ತಪ್ಪಿಸಿಕೊಳ್ಳಲಾರೆ.' "

"ನಾನು ಕುದುರೆಯನ್ನು ವೇಗವಾಗಿ ಓಡಿಸಿ ಆ ಗುಡ್ಡವನ್ನೇರಿದೆ. ನೋಡಿದರೆ ಎಂಥ ಮಾಯುಮಂತ್ರ! ಅಲ್ಲಿ ಯಾವುದೇ ವೈಟ್‌ಗಾರ್ಡ್‌ನವನೂ ಇಲ್ಲ. ಬೆಳದಿಂಗಳಲ್ಲಿ ಯಾರೋ ಒಬ್ಬಾಕೆ ಹೆಣ್ಣು ನಿಂತಿದ್ದಾಳೆ. ಮುಖ ಕಾಣುತ್ತಿಲ್ಲ. ಗಾಳಿಗೆ ಕೂದಲು ಹಾರಾಡುತ್ತ ಇದೆ. ನಾನು ಕುದುರೆಯ ಮೇಲಿಂದ ಕೆಳಗೆ ನೆಗೆದೆ. ಅಗತ್ಯಬಿದ್ದರೆ ಉಪಯೋಗಿಸುವುದಕ್ಕಾಗಿ ಪಿಸ್ತೂಲನ್ನು ಹಿಡಿದುಕೊಂಡು ಅವಳ ಸಮೀಪಕ್ಕೆ ಹೋಗಿ ಕೇಳಿದೆ. 'ಯಾರು ನೀನು? ಈ ನಡುರಾತ್ರೆ ಹೊತ್ತಲ್ಲಿ ಈ ಸ್ಟೆಪ್ಪಿಯಲ್ಲಿ ಏನು ಮಾಡುತ್ತಿದ್ದಿ?' ಪೂರ್ಣಚಂದ್ರ ಹೊರಬಂದ. ಅವಳು ನನ್ನ ಮೈಮೇಲೆ ವಾಲಿಬೀಳುತ್ತಲೇ ಅವಳ ಅಳುವಿನ ಕಟ್ಟೆ ಒಡೆಯಿತು."

"ಮರೂಸ್ಯ ಮತ್ತು ನನ್ನ ಪರಿಚಯವಾದುದು ಹಾಗೆ."

"ಬೆಳಕುಹರಿಯುವ ಹೊತ್ತಿಗೆ ನಾವು ವೈಟ್‌ಗಾರ್ಡ್‌ನವರನ್ನು ಪಟ್ಟಣದಿಂದ ಹೊರಗೆ ಅಟ್ಟಿಬಿಟ್ಟಿದ್ದೆವು. ನಾವು ಸೆರೆಮನೆಗಳನ್ನು ತೆರೆದು ಕಾರ್ಮಿಕರನ್ನು ಬಿಡುಗಡೆಮಾಡಿದೆವು."

"ಅಂದು ಹಗಲು ಹೊತ್ತು ನಾನು ಆಸ್ಪತ್ರೆಯಲ್ಲಿ ಮಲಗಿಕೊಂಡಿದ್ದೆ. ಎದೆಗೆ ಗುಂಡು ಲಘುವಾಗಿ ತಗಲಿತ್ತು. ತೋಳೂ ನೋಯುತ್ತಲಿತ್ತು. ಕುದುರೆಯ ಮೇಲಿಂದ ಬಿದ್ದಾಗ ಒಂದು ಕಲ್ಲಿಗೆ ತೋಳು ತಗಲಿಬಿಟ್ಟಿತ್ತು."

ನನ್ನ ಸ್ಕ್ವಾಡ್ರನ್ ಕಮಾಂಡರ್ ಬಂದು ಹೇಳಿದರು – "ನಾವು ಆಮೇಲೆ ಸಂಧಿಸೋಣ. ನಾವು ವೈಟ್‌ಗಾರ್ಡ್‌ನವರನ್ನು ಹಿಂಬಾಲಿಸುತ್ತಿದ್ದೇವೆ. ನಿಮ್ಮ ಗೆಳೆಯರ ವತಿಯಿಂದ ನಿಮಗಿದೋ ಒಂದು ಉಡುಗೊರೆ. ಒಳ್ಳೆಯ ಒಂದಿಷ್ಟು ಹೊಗೆಸೊಪ್ಪು ಮತ್ತು ಕಾಗದ. ತಣ್ಣಗೆ ಮಲಗಿಕೊಂಡು ಬೇಗ ಗುಣಮುಖರಾಗಿರಿ!"

"ಹಗಲು ಮುಗಿಯುತ್ತ ಬಂತು. ರಾತ್ರಿಯ ಆಗಮನವಾಯಿತು. ರಟ್ಟೆ ನೋವಿನಿಂದ ನಾನು ಹಾಗೆ ಮಲಗಿಕೊಂಡಿದ್ದೆ. ಮನಸ್ಸಿಗೂ ಸುಖವಿಲ್ಲ. ಸಂಗಾತಿಗಳು ಜೊತೆಗೆ ಇಲ್ಲದಾಗ ಎಂಥ ಏಕಾಕಿತನ ಅನುಭವಕ್ಕೆ ಬರುತ್ತದೆಂದು ಗೊತ್ತೆ? ಪ್ರಿಯ ಸ್ತೆತ್ಲಾನ."

"ಫಕ್ಕನೆ ಬಾಗಿಲು ತೆರೆಯಿತು. ಮರೂಸ್ಯ ಸದ್ದುಮಾಡದೆ ಒಳಗೆ ಹೊಕ್ಕು ಹೆಬ್ಬೆರಳಿನ ಮೇಲೆ ಬೇಗಬೇಗ ನಡೆಯುತ್ತ ಹತ್ತಿರ ಬಂದಳು. ಸಂತೋಷದಿಂದ ನನಗೆ ಬೊಬ್ಬೆ ಹೊಡೆದುಹೋಯಿತು."

"ಮರೂಸ್ಯ ನನ್ನ ಹತ್ತಿರ ಕುಳಿತಳು. ಬಿಸಿಯೇರಿದ್ದ ನನ್ನ ತಲೆಯಲ್ಲಿ ಕೈಯಿಡುತ್ತ ಅವಳೆಂದಳು –"ಯುದ್ಧ ಮುಗಿದಾಗಿನಿಂದ ಈ ದಿನಗಳಲ್ಲೆಲ್ಲ ನಾನು ನಿಮ್ಮ ಬಗ್ಗೆ ವಿಚಾರಿಸುತ್ತಿದ್ದೆ. ತುಂಬ ನೋಯುತ್ತಿದೆಯೇ ಚಿನ್ನ?' ನಾನೆಂದೆ : ಇದ್ದರೂ ಕೂಡ ಯಾರು ಗಮನಕೊಡುತ್ತಾರೆ, ಮರೂಸ್ಯ? ನಿನ್ನ ಮೋರೆ ಯಾಕೆ ಬಿಳಿಚಿಕೊಂಡಿದೆ?"

ಅವಳೆಂದಳು : "ನಿದ್ದೆ ಮಾಡಿ. ನಾನು ಯಾವಾಗಲೂ ಹತ್ತಿರದಲ್ಲೆ ಇರುತ್ತೇನೆ."

"ಹೀಗೆ ಎರಡನೆಯ ಬಾರಿಗೆ ಮರೂಸ್ಯಳೂ ನಾನೂ ಭೇಟಿಯಾದುದು. ಅದರ ಬಳಿಕ ನಾವು ಎಂದೂ ಅಗಲಿದ್ದಿಲ್ಲ."

"ಅಪ್ಪಾ", ಸ್ತೆತ್ಲಾನ ಸಂತಸದಿಂದ ಹೇಳಿದಳು. "ನಾವು ನಿಜವಾಗಿಯೂ ಮನೆಬಿಟ್ಟು ಹೋಗುತ್ತಿಲ್ಲವಲ್ಲ, ಹೌದಲ್ಲವೇ? ಅಮ್ಮನಿಗೆ ನಿಮ್ಮಲ್ಲಿ ಪ್ರೀತಿಯಿದೆ ಎಂಬುದು ಗೊತ್ತಿದೆಯಲ್ಲವೇ? ನಾವು ಒಂದಷ್ಟು ದೂರ ಹೋಗಿ ಹಿಂದುರುಗುತ್ತೇವೆ, ಅಲ್ಲವೇ?"

"ಪ್ರೀತಿಯಿದೆ ಎಂಬುದು ನಿನಗೆ ಹೇಗೆ ಗೊತ್ತು? ನಿನ್ನಲ್ಲಿ ಪ್ರೀತಿ ಇರಬಹುದು. ಆದರೆ ನನ್ನಲ್ಲಿ ಹಾಗಿಲ್ಲ."

"ಸುಳ್ಳು" ತಲೆ ಅಲ್ಲಾಡಿಸುತ್ತಾ ಸ್ತೆತ್ಲಾನ ಹೇಳಿದಳು. ನಿನ್ನೆ ರಾತ್ರಿ ಎಚ್ಚರಗೊಂಡಿದ್ದಾಗ ಅಮ್ಮ ಪುಸ್ತಕ ಕೆಳಗಿಟ್ಟು ನಿಮ್ಮನ್ನೇ ತುಂಬ ಹೊತ್ತು ನೋಡುತ್ತಿದ್ದುದನ್ನು ಕಂಡೆ."

"ನೋಡುವುದರಲ್ಲಿ ಏನಿದೆ? ಅವಳು ಕಿಟಿಕಿಯ ಮೂಲಕ ಕೂಡ ನೋಡುತ್ತಾಳಲ್ಲ. ಇತರರನ್ನೂ ನೋಡುವುದಿಲ್ಲವೇ? ಕಣ್ಣುಗಳು

ಇರುವುದರಿಂದ ನೋಡುತ್ತಾರೆ."

"ಹೇ, ಹಾಗಲ್ಲ!" ಸ್ತೆತ್ಲಾನ ಒಪ್ಪಲಿಲ್ಲ. "ಕಿಟಿಕಿಯ ಮೂಲಕ ನೋಡುವಾಗ ಅವಳು ಬೇರೆಯೇ ರೀತಿಯಲ್ಲಿ ನೋಡುವುದು. ಇಗೋ ಹೀಗೆ..."

ಸ್ತೆತ್ಲಾನ ಅವಳ ತೆಳು ಹುಬ್ಬನ್ನು ಬಾಗಿಸಿದಳು. ತಲೆಯನ್ನು ಒಂದು ಬದಿಗೆ ವಾಲಿಸಿದಳು. ತುಟಿಗಳನ್ನು ಬಿಗಿದುಕೊಂಡಳು. ಆ ದಾರಿಯಾಗಿ ಹೋಗುತ್ತಿದ್ದ ಒಂದು ಹೇಂಟೆಯನ್ನು ನಿರ್ಲಕ್ಷ್ಯದಿಂದ ನೋಡುತ್ತಿದ್ದಳು.

"ಪ್ರೀತಿಯಿರುವವರನ್ನು ನೋಡುವುದು ಹಾಗಲ್ಲ."

ಸ್ತೆತ್ಲಾನಳ ನೀಲಿಕಣ್ಣುಗಳಲ್ಲಿ ಒಂದು ವಿಶಿಷ್ಟ ಕಾಂತಿ ಮೂಡಿತು.

ಅರೆತೆರೆದ ಅವಳ ಕಣ್ಣರೆಪ್ಪೆಗಳು ಕಂಪಿಸಿದುವು. ಮಾರ್ದವಪೂರ್ಣವೂ ಚಿಂತಾನಿರತವೂ ಆದ ಮರೂಸ್ಯಳ ಕಣ್ಣನೋಟವು ನನ್ನ ಮುಖದ ಮೇಲೆ ವ್ಯಾಪಿಸಿತು.

"ಹೇಯ್ ಕಳ್ಳಿ!" ಎನ್ನುತ್ತ ನಾನು ಸ್ತೆತ್ಲಾನಗಳನ್ನು ಬಾಚಿಕೊಂಡೆ. "ನಿನ್ನೆ ನೀನು ನನ್ನ ಮಸಿಕುಡಿಕೆಯನ್ನು ಮಗುಚಿಹಾಕಿದಾಗ ನೀನು ನನ್ನನ್ನು ಹೇಗೆ ನೋಡಿದೆ?"

"ನೀವು ನನ್ನನ್ನು ಕೋಣೆಯಿಂದ ಓಡಿಸಿದಿರಲ್ಲವೆ! ಹಾಗೆ ಹೋಗುವಾಗ ಯಾರೇ ಆದರೂ ಸಿಟ್ಟಿನಿಂದಲೇ ನೋಡುತ್ತಾರಲ್ಲವೆ?"

"ನಾವು ನೀಲಿಕಪ್ಪನ್ನು ಒಡೆದಿಲ್ಲ. ಮರೂಸ್ಯಳೇ ಹೇಗೋ ಅದನ್ನು ಒಡೆದಿರಬಹುದು. ಆದರೆ ನಾವು ಕ್ಷಮಿಸಿಬಿಟ್ಟಿದ್ದೇವೆ. ಯಾವ ತಪ್ಪೂ ಇಲ್ಲದೆ ಉಳಿದವರ ಕುರಿತು ಕೆಟ್ಟದಾಗಿ ಭಾವಿಸುವುದು ಅಪೂರ್ವವಲ್ಲ ತಾನೆ? ನೀನು ನನ್ನ ಬಗ್ಗೆ ಒಂದು ಬಾರಿ ಕೆಟ್ಟದಾಗಿ ಭಾವಿಸಿದ್ದೆಯಲ್ಲವೆ? ನಾನು ಕೂಡ ಮರೂಸ್ಯಳ ಕುರಿತು ಕೆಟ್ಟದಾಗಿ ಭಾವಿಸಿದೆನಲ್ಲವೆ?" ನಾನು ವೆಲಂತೀನಳ ಬಳಿ ಹೋಗಿ ಮನೆಗೆ ಹೋಗುವ ಹತ್ತಿರದ ದಾರಿ ಯಾವುದೆಂಬುದನ್ನು ಕೇಳಿದೆ.

"ನನ್ನ ಗಂಡ ಈಗ ಕುದುರೆಗಾಡಿಯಲ್ಲಿ ಸ್ಟೇಷನಿಗೆ ಹೋಗುವವರಿದ್ದಾರೆ." ಆಕೆ ಎಂದಳು, "ಅವರು ನಿಮ್ಮನ್ನು ಮಿಲ್ಲ್‌ನ ಸಮೀಪ ಬಿಡುತ್ತಾರೆ. ಅಲ್ಲಿಂದ ನಿಮ್ಮ ಮನೆ ಹತ್ತಿರವಲ್ಲವೆ?"

ತೋಟಕ್ಕೆ ಮರಳಿ ತಲಪುವಾಗ ಸ್ತೆತ್ಲಾನ ಬಾಗಿಲ ಹೊಸ್ತಿಲಲ್ಲಿ ಬಂದು ನಿಂತು ಪರದಾಡುವುದು ಕಂಡಿತು.

"ಅಪ್ಪಾ' ಅವಳು ನನ್ನಲ್ಲಿ ಗುಟ್ಟಲ್ಲಿ ಹೇಳಿದಳು. "ಆ ಫ್ಯೊದೋರ್ ಇದ್ದಾನಲ್ಲ, ಅವನು ರೊಸ್‌ಬೆರಿ ಗಿಡಗಳನ್ನು ಅವುಗಳ ಪಾಡಿಗೆ ಬಿಟ್ಟು ನಿಮ್ಮ ಚೀಲದೊಳಗಿಂದ ಗೆರೇಪ ತೆಗೆದು ತಿನ್ನುತ್ತಿದ್ದಾನೆ."

ನಾವು ಆಪ್‌ಲ್ ಮರಗಳ ಹತ್ತಿರ ಹೋದೆವು. ಆದರೆ ನಮ್ಮನ್ನು ಕಂಡಕೂಡಲೇ ಆ ಉಪಾಯಗಾರ ತಪ್ಪಿಸಿಕೊಂಡ. ಬೇಲಿಯ ಸಮೀಪವಿದ್ದ ಕಾಡುಗಿಡಗಳ ಹಿಂದೆ ಹೋಗಿ ಅಡಗಿದ.

"ಫ್ಯೊದೋರ್!" ನಾನು ಕರೆದೆ. "ಇಲ್ಲಿ ಬಾ, ಹೆದರಬೇಡ". ಕಾಡುಗಿಡಗಳ ತುದಿಗಳು ಅಲುಗಾಡಿದುವು. ಫ್ಯೊದೋರ್ ಜಾಗ ಖಾಲಿ ಮಾಡುತ್ತಿದ್ದಾನೆಂಬುದು ಸ್ಪಷ್ಟವಾಗಿತ್ತು.

"ಫ್ಯೊದೋರ್!" ನಾನು ಪುನಃ ಕರೆದೆ. "ಈ ಕಡೆ ಬಾ. ಈ ತಿನಿಸುಗಳೆಲ್ಲವನ್ನೂ ನೀನೇ ತೆಗೆದುಕೋ".

ಗಿಡಗಳ ಅಲುಗಾಟ ನಿಂತಿತು. ಸಂಕಟದ ಏದುಸಿರಿನ ಸದ್ದು ಅವುಗಳ ಮಧ್ಯದಿಂದ ಕೇಳುತ್ತಿತ್ತು. ಕೊನೆಗೆ ಒಂದು ರೋಷದ ಧ್ವನಿ ಕಿವಿಗೆ ಬಿತ್ತು :

"ನಾನು ನಿಕ್ಕರ್ ಹಾಕದೆ ಇಲ್ಲಿದ್ದೇನೆ. ಸುತ್ತಲೂ ತುರಿಸಣಿಗೆ ಬಳ್ಳಿಗಳು."

ಕಾಡಿನಲ್ಲಿ ಅಲೆಯುವ ಒಬ್ಬ ದೈತ್ಯನಂತೆ ನಾನು ಆ ಕಾಡು ಗಿಡಗಳ ಬಳಿ ಹೋಗಿ ಮುಖ ಊದಿಸಿಕೊಂಡು ನಿಂತಿದ್ದ ಫ್ಯೊದೋರ್‌ನನ್ನು ಎತ್ತಿಕೊಂಡು ನನ್ನ ಚೀಲದಲ್ಲಿದ್ದ ಎಲ್ಲವನ್ನೂ ಅವನ ಮುಂದೆ ಕೊಡವಿ ಸುರಿದೆ.

ಅವನು ಷರ್ಟ್‌ನ ಅಂಚನ್ನು ಎತ್ತಿ ಹಿಡಿದು ಅದರಲ್ಲಿ ಆ ಕೊಡವಿಸುರಿದಿದ್ದ ಎಲ್ಲ ಸಾಮಾನುಗಳನ್ನೂ ಗಡಿಬಿಡಿಯಿಲ್ಲದೆ ಹೆಕ್ಕಿ

ಹಾಕಿದ. ಬಳಿಕ ಒಂದು ಕೃತಜ್ಞತೆಯ ಮಾತನ್ನು ಕೂಡ ಹೇಳದೆ ತೋಟದ ಇನ್ನೊಂದು ಅಂಚಿಗೆ ಒಂದೇ ನಡೆತ.

"ಎಂಥ ಅಹಂಕಾರ ಅವನಿಗೆ!" ಸ್ತೆತ್ಲಾನ ಅಸಮಾಧಾನದಿಂದ ಹೇಳಿದಳು. "ನಿಕ್ಕರ್ ಧರಿಸದೆ ಒಬ್ಬ ಅರಸನ ಗತ್ತಿನಿಂದ ನಡೆಯುತ್ತಾನೆ."

ಎರಡು ಕುದುರೆಗಳನ್ನು ಕಟ್ಟಿದ್ದ ಒಂದು ಗಾಡಿ ಬಾಗಿಲಿಗೆ ಬಂದು ನಿಂತಿತು. ವೆಲಂತೀನ ಚಾವಡಿ ಏರಿ ಬಂದಳು.

"ಸಿದ್ಧವಾಗಿಕೊಳ್ಳಿ. ಒಳ್ಳೆಯ ಕುದುರೆಗಳು. ನಿಮ್ಮನ್ನು ಬೇಗ ಅಲ್ಲಿ ತಲುಪಿಸಿಯಾವು".

ಫ್ಯೊದೋರ್ ಪುನಃ ಕಾಣಿಸಿಕೊಂಡ. ಈಗ ನಿಕ್ಕರ್ ಹಾಕಿದ್ದಾನೆ. ಹೊಗೆಯ ಬಣ್ಣದ ಅಂದವಾದ ಒಂದು ಬೆಕ್ಕಿನಮರಿಯ ಹಿಂಗತ್ತು ಹಿಡಿದು ಎಳೆಯುತ್ತ ಅವನು ನಮ್ಮ ಬಳಿಗೆ ತ್ವರೆಯಿಂದ ಬಂದ. ಬೆಕ್ಕಿನಮರಿಗೆ ಅವನ ಈ ವರ್ತನೆ ಹೊಸ ಹಬ್ಬವೇನೂ ಅಲ್ಲ ಎಂದು ಅನ್ನಿಸಿತು. ಅದು ಬಳುಕಿ ನಿಮಿರುವುದಾಗಲಿ ಕೂಗಾಡುವುದಾಗಲಿ ಏನನ್ನೂ ಮಾಡಲಿಲ್ಲ. ದಪ್ಪ ಬಾಲವನ್ನು ಸುಮ್ಮನೆ ಅಲುಗಾಡಿಸಿತು ಅಷ್ಟೆ.

"ಇಗೋ" ಎಂದು ಹೇಳುತ್ತಾ ಫ್ಯೊದೋರ್ ಆ ಬೆಕ್ಕಿನ ಮರಿಯನ್ನು ಸ್ತೆತ್ಲಾನಳ ಕೈಯಲ್ಲಿರಿಸಿದ.

"ಇದು ನನಗಾಗಿಯೋ?" ಸ್ತೆತ್ಲಾನಳಿಗೆ ತುಂಬ ಸಂತಸವಾಯಿತು. ಅವಳು ಸಂಶಯದಿಂದ ನನ್ನನ್ನು ನೋಡಿದಳು.

"ನಿನಗೆ ಬೇಕಾದರೆ ತೆಗೆದುಕೊ", ವೆಲಂತೀನ ಹೇಳಿದಳು.

"ನಮ್ಮ ಇಲ್ಲಿ ಬೆಕ್ಕುಗಳು ತುಂಬ ಇದ್ದಾವೆ. ಫ್ಯೊದೋರ್! ನೀನು ಆ ಸಿಹಿಕಡುಬುಗಳನ್ನು ಮೊಟ್ಟೆಗೋಸುಗಳ ಎಡೆಯಲ್ಲಿ ಅಡಗಿಸಿ ಇಟ್ಟುದು ಯಾಕೆ? ನಾನು ಕಿಟಿಕಿಯಿಂದ ಎಲ್ಲವನ್ನೂ ಕಂಡೆ."

"ನಾನು ಹೋಗಿ ಇನ್ನೂ ಒಂದಿಷ್ಟು ಒಳ್ಳೆಯ ಜಾಗದಲ್ಲಿ ಅಡಗಿಸಿಡುತ್ತೇನೆ" ಎನ್ನುತ್ತ ಆತ ಒಂದು ಕರಡಿ ಮರಿಯ ಹಾಗೆ ಉರುಳುತ್ತ ಹೋದ.

"ಅಪ್ಪಟ ಅವನ ಅಜ್ಜನ ಹಾಗೆಯೇ", ವೆಲಂತೀನ ಒಂದು ಮುಗುಳ್ನಗುವಿನೊಂದಿಗೆ ಹೇಳಿದಳು. "ಎಂಥ ತಲೆಹರಟೆ? ಅವನಿಗೆ ಪ್ರಾಯ ನಾಲ್ಕು ವರ್ಷವಷ್ಟೇ ಆಗಿದೆ".

ಸಮತಟ್ಟಾಗಿದ್ದು ಅಗಲವಾಗಿದ್ದ ರಸ್ತೆಯೊಂದರಲ್ಲಿ ನಾವು ಸಾಗಿದೆವು. ಸಂಜೆಯಾಯಿತು. ಅಂದಿನ ಕೆಲಸ ಮುಗಿಸಿ ಬಳಲಿದ್ದರೂ ಉತ್ಸಾಹಭರಿತರಾಗಿ ಜನ ದಾಟಿಹೋದರು.

ಒಕ್ಕೂಟಕೃಷಿಯವರ ಒಂದು ಲಾರಿಯ ಗುರುಗುಟ್ಟುವಿಕೆ ಕೇಳುತ್ತಿತ್ತು.

ಮೈದಾನದಲ್ಲಿ ಸೈನ್ಯದ ಒಂದು ತುತ್ತೂರಿ ಮೊಳಗಿತು.

ಊರಲ್ಲಿ ಒಂದು ಗುರುತಿನ ಗಂಟಾನಾದ ಕೇಳಿತು.

ಕಾಡಿನ ಆಚೆಗೆ ಒಂದು ರೈಲಿನ ಇಂಜಿನು ಏದುಸಿರುಬಿಡುತ್ತ ಸಾಗಿಹೋಗುತ್ತಿತ್ತು. ಛುಕ್, ಛುಕ್ ... ಚಕ್ರಗಳೇ ಬೇಗ ಬೇಗ ತಿರುಗಿರಿ! ರೈಲುಗಳೆ ಬೇಗ ಬೇಗ ಹೋಗಿರಿ! ಕಬ್ಬಿಣದ ಪಟ್ಟಿಗಳು ಉದ್ದುದ್ದಕ್ಕೆ ಚಾಚಿವೆ! ದೂರ ದೂರ ಹೋಗುತ್ತಿವೆ!

ದಟ್ಟರೋಮದ ಬೆಕ್ಕಿನ ಮರಿಯನ್ನು ಮೈಗೆ ಆನಿಸಿ ಹಿಡಿದುಕೊಳ್ಳುತ್ತ ಉತ್ಸಾಹಭರಿತಳಾಗಿ ಸ್ತೆತ್ಲಾನ ಕುದುರೆಗಾಡಿಯ ಗಡಗಡ ಸದ್ದಿನ ಮೇಳದೊಂದಿಗೆ ಒಂದು ಹಾಡು ಹಾಡಿದಳು.

ದುಷ್ಟರಾದ ಸುಂಡಿಲಿಗಳು
ಕಂಡೆಡೆಗೆಲ್ಲ ಓಡುತಿವೆ
ಬಾಲಗಳೆತ್ತಿ ಓಡುತಿವೆ
ಕಪಾಟುಗಳಿಗೂ ಹತ್ತುತಿವೆ
ಕೆಳಹಾಕುತ್ತಿವೆ ನೀಲಿಕಪ್ಪ
ನೆಲದಲ್ಲೆಲ್ಲ ಚೆದರಿತದು
ತಪ್ಪುಗಾರನು ಯಾರಪ್ಪಾ
ತಪ್ಪಿತಸ್ಥರು ಯಾರಿಲ್ಲ
ಕರಿ ಬಿಲದೊಳಗೆ ಅಡಗಿರುವ

ಸುಂಡಿಲಿಗಳದೆ ಕೆಲಸವಿದು
ಬರುತ್ತಿದ್ದೇವೆ ಗಾಡಿಯನೇರಿ
ಸುಂಡಿಲಿಗಳೇ ನೀವ್ ಜೋಪಾನ!
ಅರಿತಿದ್ದೀರಾ ಅರಿತಿದ್ದೀರಾ
ಜತೆಯಲಿ ಬರುತಿಹರಾರೆಂದು?
ಮಿಯಾಮ್ ಮಿಯಾಮ್ ಎಂದು ಕೂಗುವುದು
ಓಡಿ ನಡೆವುದು ಹಾರಿ ನಡೆಯುವುದು
ಸಾಸರ್‌ನಲ್ಲಿ ಕುಡಿವುದು ಹಾಲ
ಓಡುತ ಹೋಗಿ ಅವಿತಿರಿ ನೀವು
ಕರಿಬಿಲದೊಳಗೆ ಕುಳಿತಿರಿ ನೀವು
ಕೈಗೇನಾದರು ಸಿಕ್ಕಿದಿರಾದರೆ
ಕಚ್ಚುತ ಪರಚುತ ಹರಿದೀತು
ಹತ್ತು ಚೂರುಗಳ ಮಾಡೀತು, ಅಲ್ಲ
20 ಚೂರು ಮಾಡೀತು, ಅಲ್ಲ
ಲಕ್ಷ ತುಂಡುಗಳ ಮಾಡೀತು

ಮಿಲ್ಲಿನ ಬಳಿಗೆ ತಲುಪಿದಾಗ ನಾವು ಗಾಡಿಯಿಂದ ನೆಗೆದು ಇಳಿದೆವು.

ಬೇಲಿಯಾಚೆಗೆ ಪಾಷ್ಕ, ಬುಕ್‌ಮಾಸ್ಕಿನ್, ಸಾಂಕ, ಬೆರ್ತ ಮತ್ತು ಬೇರೆ ಯಾರೋ ಒಬ್ಬಾತನೂ ಸೇರಿಕೊಂಡು ಕುಟ್ಟಿದೊಣ್ಣೆ ಆಟಆಡುತ್ತಿದ್ದರು.

"ಕಳ್ಳಾಟ ತೋರಿಸಬೇಡ", ಬೆರ್ತನನ್ನುದ್ದೇಶಿಸಿ ಸಾಂಕ ಜೋರು ಧ್ವನಿಯಲ್ಲಿ ಹೇಳುತ್ತಿದ್ದ. "ನನ್ನನ್ನು ಆಕ್ಷೇಪಿಸಿ ಈಗ ನೀನೇ ಕಳ್ಳಆಟ ಆಡುತ್ತಿದ್ದಿ."

"ಯಾರೋ ಇನ್ನೂ ಕಳ್ಳತನ ತೋರಿಸುತ್ತಿದ್ದಾರೆ", ಸ್ವೆತ್ಲಾನ ನನ್ನಲ್ಲಿ ಹೇಳಿದಳು. "ಅವರು ಇಷ್ಟರಲ್ಲೇ ಮತ್ತೆ ಜಗಳ ಶುರು ಮಾಡುತ್ತಾರೆ"

ಒಂದು ನಿಟ್ಟುಸಿರುಬಿಟ್ಟು ಅವಳು ಪೂರ್ತಿಗೊಳಿಸಿದಳು "ಅದು ಅಂಥ ಒಂದು ಆಟ".

ಮನೆ ಹತ್ತಿರ ಬಂದಾಗ ನಮಗೆ ಉದ್ವೇಗ ತಡೆದುಕೊಳ್ಳಲಾಗಲಿಲ್ಲ. ಆ ಮೂಲೆ ದಾಟಿ ಏರು ಹತ್ತಿಬಿಟ್ಟರೆ ಮನೆ. ಪಕ್ಕನೆ ನಾವು ನಡಿಗೆ ನಿಲ್ಲಿಸಿ ಪರಸ್ಪರ ನೋಡಿದೆವು. ನಾವು ಬೇಲಿಯ ಬಳಿಗೆ ಇನ್ನೂ ತಲುಪಿಲ್ಲ. ಮನೆಯಲ್ಲಿ ಎತ್ತರದ ಛಾವಣಿ ಇನ್ನೂ ಕಾಣುತ್ತಿಲ್ಲ. ಆದರೆ ಬೂದುಬಣ್ಣದ ನಮ್ಮ ಪುಟ್ಟ ಮನೆಯ ಹಲಗೆಯ ಛಾವಣಿ ಕಾಣಿಸಿತು. ಅದರ ಮೇಲೆ ಸುಂದರವಾದ ನಮ್ಮ ಗಾಳಿಪಟ ಹೊಳೆ ಹೊಳೆಯುತ್ತಿದೆ. ಒಂದು ಹೂಂಕಾರದೊಂದಿಗೆ ಅದು ಸ್ಫೂರ್ತಿಯಿಂದ ತಿರುಗುತ್ತಿದೆ!

"ಅಮ್ಮ ಮನೆಗೆ ಬಂದಿದ್ದಾಳೆ" ಎಂದು ಕಿರುಚಾಡುತ್ತಾ ಸ್ತೆತ್ಲಾನಾ ನನ್ನ ಕೈಹಿಡಿದು ಎಳೆದಳು.

ನಾವು ಏರನ್ನು ಏರಿದೆವು.

ಅಸ್ತಮಾನದ ಸೂರ್ಯನ ಚೆಂಗದಿರುಗಳು ಚಾವಡಿಯನ್ನು ಬೆಳಗಿದವು. ಅಲ್ಲಿ ಕೆಂಪಗಿನ ದಿರಿಸು ಧರಿಸಿ, ಕಾಲಿಗೆ ಬಿಳಿ ಚಪ್ಪಲಿ ಮೆಟ್ಟಿ, ಬರಿದಲೆಯಲ್ಲಿ, ತುಟಿಗಳ ಮೇಲೆ ಒಂದು ಮುಗುಳ್ನಗೆಯೊಂದಿಗೆ ನಮ್ಮ ಮರೂಸ್ಯ ನಿಂತುಕೊಂಡಿದ್ದಳು.

"ಅಮ್ಮ, ನಕ್ಕುಬಿಡು, ನಕ್ಕುಬಿಡು" ಅವಳ ಹತ್ತಿರಕ್ಕೆ ಓಡಿಹೋಗುತ್ತಾ ಸ್ತೆತ್ಲಾನ ಅನುಮತಿ ಕೊಟ್ಟಳು. "ನಾವು ಕ್ಷಮಿಸಿ ಬಿಟ್ಟಿದ್ದೇವೆ".

ನಾನೂ ಬಳಿಸಾರಿ ಮರೂಸ್ಯಳ ಮುಖ ನೋಡಿದೆ.

ನಸು ತೌಡು ಬಣ್ಣದ ಮರೂಸ್ಯಳ ಕಣ್ಣುಗಳು ವಾತ್ಸಲ್ಯತುಂಬಿ ಅರಳಿದುವು. ಅವಳು ಒಂದಷ್ಟು ಹೊತ್ತಿನಿಂದ ನಮ್ಮನ್ನು ಕಾದು ನಿಂತಿದ್ದಾಳೆ ಎಂದು ತೋರಿತು. ಕೊನೆಗೆ ನಾವು ಬಂದು ತಲುಪಿದಾಗ ಅವಳಿಗೆ ತುಂಬಾ ಸಂತೋಷವಾಯಿತು. ನೆಲಕ್ಕೆ ಬಿದ್ದಿದ್ದ ನೀಲಕಪ್ಪಿನ ಚೂರುಗಳನ್ನು ನಾನು ಶೂಗಳಿಂದ ಒರೆಸಿ ತೆಗೆದೆ. "ನೀಚರಾದ ಆ ಸುಂಡಿಲಿಗಳ ಕೆಲಸ ಇದು" ನಾನು ಮನದಲ್ಲೇ ಅಂದುಕೊಂಡೆ.

"ಅದನ್ನು ಒಡೆದುದು ನಾವಲ್ಲ. ಮರೂಸ್ಯಳೂ ಯಾವುದನ್ನೂ ಒಡೆದಿಲ್ಲ."

ರಾತ್ರಿಯ ಆಗಮನವಾಯಿತು. ಜೊತೆಗೆ ಚಂದ್ರನೂ ನಕ್ಷತ್ರಗಳೂ ಬಂದುವು.

ಆ ತೋಟದಲ್ಲಿ ಬೆಳೆದು ನಿಂತಿದ್ದ ಚೆರಿ ಗಿಡಗಳ ಬುಡದಲ್ಲಿ ನಾವು ಮೂವರು ತುಂಬಾ ಹೊತ್ತು ಕುಳಿತೆವು. ಎಲ್ಲೆಲ್ಲಾ ಹೋದಳೆಂದೂ ಏನೆಲ್ಲ ಮಾಡಿದಳೆಂದೂ ಏನನ್ನೆಲ್ಲ ಕಂಡಳೆಂದೂ ಮರೂಸ್ಯ ನಮಗೆ ಹೇಳಿದಳು.

ಸ್ತೆತ್ಲಾನ ಹೇಳಿದ ಕಥೆಯಾದರೋ, ಅದು ಮಧ್ಯರಾತ್ರಿಯವರೆಗೆ ಬೆಳೆಯುತ್ತಿತ್ತು. ಆದರೆ ಅದರ ಮೊದಲು ಸ್ತೆತ್ಲಾನಳಲ್ಲಿ ಹೋಗಿ ಮಲಗಿಕೊಳ್ಳಲು ಮರೂಸ್ಯ ಹೇಳಿದಳು.

"ಈಗ ಏನು ಹೇಳುತ್ತೀರಿ?" ನಿದ್ದೆ ತೂಗುತ್ತಿದ್ದ ಬೆಕ್ಕಿನ ಮರಿಯನ್ನು ಎತ್ತಿಕೊಂಡು ಮನೆಗೆ ಹೋಗುವ ಮುನ್ನ ಜಾಣೆಯಾದ ಸ್ತೆತ್ಲಾನ ನನ್ನತ್ತ ತಿರುಗಿ ಹೇಳಿದಳು. "ಈಗ ನಮ್ಮ ಬದುಕು ಅಷ್ಟೊಂದು ಕೆಟ್ಟದ್ದೆ?"

ನಾವೂ ಮೇಲೆದ್ದೆವು.

ಬಂಗಾರದ ಬಣ್ಣವಿದ್ದ ಚಂದ್ರಬಿಂಬವು ನಮ್ಮ ತೋಟದ ಮೇಲೆ ಪ್ರಕಾಶಿಸಿತು.

ಉತ್ತರಕ್ಕೆ ಹೋಗುವ ಒಂದು ರೈಲಿನ ಸದ್ದು ದೂರದಿಂದ ಕೇಳುತ್ತಿತ್ತು.

ರಾತ್ರಿ ವಿಮಾನವೊಂದು ಒಂದು ಘೂತ್ಕಾರದೊಂದಿಗೆ ಮೋಡಗಳ ಎಡೆಯಲ್ಲಿ ಮರೆಯಾಯಿತು.

ಹಾಗೆ ಬದುಕು ತುಂಬಾ ಸುಂದರವಾಗಿತ್ತು.

***

www.ingramcontent.com/pod-product-compliance
Lightning Source LLC
LaVergne TN
LVHW102104041026
849558LV00002B/42
* 9 7 8 9 3 5 5 1 7 2 1 2 9 *